AUSTRALIA
Miền thương miền nhớ

AUSTRALIA MIỀN THƯƠNG MIỀN NHỚ

Bản quyền tiếng Việt © 2024, Nguyễn Thị Hồng Chi

Không phần nào trong cuốn sách này được sao chép hoặc chuyển sang bất cứ dạng thức hoặc phương tiện nào, dù là điện tử, in ấn, ghi âm hay bất cứ hệ thống phục hồi và lưu trữ thông tin nào nếu không có sự cho phép bằng văn bản của tác giả.

Tác giả chụp ảnh trước cổng Trường Đại học Tasmania, bang Tasmania, Úc

---

About The Author:

Chi Hong Thi Nguyen is Lecturer in Media and Cultural at the Ho Chi Minh City University of Culture, Vietnam. She holds further teaching positions at several Universites, and works as media consultant for international organizations. Prior to her academic career, she worked as editor and TV field producer as well as reporter from national television. She holds a master's degree in media and screen production from Flinders University, Australia. She is also Australia Award Scholar. On the side, she write for corporate communications purposes, including op – ed articles and social media content. Skilled in research, teaching, higher education curriculum development.

MỤC LỤC

Lời mở đầu		7
1.	Tết đầu tiên trên đất Úc	13
2.	Những chuyện nhỏ bên đường nước Úc	21
3.	Kể chuyện chăm lo cho trẻ em ở Úc	31
4.	Khoe con	39
5.	Adelaide chiều nay... Tiếng đàn	47
6.	Nồng nàn vang Úc trên đồi Adelaide	55
7.	Tản mạn chuyện nâng ly ở Úc	65
8.	Tasmania, ấn tượng một lần đến	75
9.	Khám phá bệnh viện dơi Tolga và làng nghỉ hưu của quỷ Tasmania	85
10.	Niềm riêng với những hàng rào xinh nước Úc	93

11. Câu chuyện nước Úc và những chú ngựa   101

12. Những thùng thư
    và sự sáng tạo của người Úc   111

13. Phòng chống cháy nổ
    và vài chia sẻ từ nước Úc   121

14. Cánh bưu thiếp từ New Zealand   129

15. Dấu ấn "Condom"   139

16. Du xuân đến ngôi làng mèo
    La Romieu, nước Pháp   147

17. Đến Thái Lan ngắm sắc đen huyền bí
    ở Thai Song Dam   153

18. Tôi và câu chuyện trở về   161

19. Thương nhớ trăng quê   171

20. Sau những chuyến đi   179

LỜI MỞ ĐẦU

Năm 2011, hơn 5 năm sau khi tốt nghiệp đại học và đi làm, tôi giành được học bổng toàn phần của chương trình học bổng Chính phủ Australia ADS - Australia Development Scholarship, được nhận vào học thạc sĩ chuyên ngành sản xuất truyền hình và truyền thông tại trường Đại học Flinders, bang Nam Úc.

Những năm tháng học tập tại Úc đã giúp tôi có thêm nhiều kiến thức, rèn luyện được bản lĩnh, tự tin, mở rộng tư duy, góc nhìn với nhiều vấn đề trong cuộc sống.

Tôi thuộc thế hệ 8X, sinh ra và lớn lên tại một vùng nông thôn hẻo lánh thuộc huyện Mỏ Cày Nam, tỉnh Bến Tre. Sau chiến tranh, lại đến thời kỳ bao cấp nên mọi người vùng quê hầu hết đều rất khó khăn, thậm chí không có đủ cơm gạo để ăn. Dân làng bỏ xứ đi làm mướn ở các vùng đầu nguồn đồng bằng sông Cửu Long. Nhiều cô gái bỏ xứ đi lấy chồng ngoại quốc mong đổi đời. Không ít thanh niên trai trẻ cũng lần lượt rời quê ra tỉnh, đến các khu công nghiệp để tìm việc. Chứng kiến những người quê phải ly hương tìm đường mưu sinh, cùng nhiều khó khăn chung của cuộc sống, ngay từ những năm học cấp 3, khi lên tỉnh đi học, tôi đã quyết định cố gắng hết mức để thay đổi cuộc đời của chính mình.

Khi tôi bắt đầu rời quê nhà lên tỉnh để đi học cấp 3, điều kiện gia đình tôi không tốt, nhưng ba mẹ ủng hộ và hy sinh cho tôi để tôi được học hành. Lên đại học, dù phải đi dạy thêm, làm phục vụ trong nhà hàng để có thể tự lo cho mình nhưng tôi chưa bao giờ xao nhãng việc học.

Tôi luôn có một niềm tin mãnh liệt vào bản thân và tin vào những nỗ lực của mình rằng tôi có thể làm được, được bước ra ngoài kia nhìn thế giới rộng lớn, bao la, mạnh mẽ bước về phía trước với niềm tin tốt đẹp.

Những năm tháng làm việc tại Đài Truyền hình Việt Nam - VTV Cần Thơ cùng thời gian học tập, làm việc tại Úc đã giúp tôi tiếp thu được nhiều tri thức, rèn luyện được bản lĩnh và lĩnh hội được những bài học cuộc sống ý nghĩa và giá trị. Đối với tôi, du học là một hành trình khá thử thách, nhưng cũng mang lại cho tôi nhiều trải nghiệm thú vị và bài học giá trị.

Tôi và những người bạn vẫn nhớ như in những câu chuyện từ thời điểm những đêm thức trắng bên giấy tờ, hoặc tranh thủ trên đường đi công tác làm hồ sơ xin học bổng, đến những đêm trắng hồi hộp, lo âu chờ đến ngày có kết quả chính thức qua các vòng tuyển chọn. Rồi đến thời kỳ ôn luyện miệt mài, quên ăn, bỏ ngủ để có được chứng chỉ ngoại ngữ, đến những câu chuyện về chọn trường học, ngành học với sự giúp sức, tư vấn tận tình của các cán bộ, thầy cô cố vấn trong Chương trình học bổng Chính phủ Australia ADS.

Australia trong mắt chúng tôi, những cựu du học sinh theo chương trình Học bổng chính phủ Úc là một nỗi nhớ bất tận, những ký ức đẹp, khó phai. Những thế hệ sinh viên Học bổng Chính phủ Australia từng sống và học tập, nghiên cứu ở Úc khi trở về đã và đang giữ những trọng trách quan trọng, có nhiều đóng góp cho sự phát triển của Việt Nam đều mang theo nhiều hoài niệm. Đó không chỉ là những giờ học tập, nghiên cứu ở thư viện, giảng đường đi thực địa ở địa phương, cơ sở, mà còn là hành trang về tư duy, cách sống, ý thức và sự nhân văn trong cách sống của con người và xã hội Úc.

Cuốn sách *Australia - Miền thương miền nhớ* tái hiện lại chặng đường từ làng quê, đến thành thị và vượt đại dương sang Úc du học của tôi. Dù gắn bó với Úc ngắn hay dài, nhưng ký ức về những buổi sớm bên bờ biển dài bất tận, những công trình kiến trúc cổ, những công viên, bãi cỏ xanh mát, văn hóa xếp hàng, cách giao tiếp lịch thiệp, ân cần, lịch sự, thật khó phai nhạt trong tôi. Tôi cũng tin các thế hệ sinh viên Việt Nam từng gắn bó, học tập và làm việc tại Úc, những ai đã từng đặt chân đến nước Úc cũng đều chung miền ký ức, chung cảm nhận "Australia - miền thương miền nhớ" đó.

Ngoài ra, xuyên suốt những trang sách, bạn cũng sẽ biết thêm một số bí quyết, kinh nghiệm trong hành trình khám phá qua những chuyến du lịch bụi của tôi ở tận châu Âu, ở miền quê nước Pháp, ngược về miền đảo xa Tasmania, Úc, hay đến thăm những làng quê đặc trưng tại Thái Lan.

Tôi hy vọng, những dòng chia sẻ tận đáy lòng này sẽ là động lực để các bạn trẻ, những người còn đang loay hoay, bị mất niềm tin vào cuộc sống, gặp khó khăn trong học tập hoặc công việc sẽ có cái nhìn khác hơn về cuộc sống, lạc quan hơn về cuộc đời, cũng như tìm được sự đồng cảm để có thể bước ra khỏi vùng an toàn của mình.

Với tất cả sự trân trọng và biết ơn.

Hồng Chi

Tác giả chụp ảnh tại thành phố Melbourne

Tác giả chụp cùng Thống đốc bang Nam Úc Frances Adamson trong chuyến thăm Việt Nam vào tháng 8, năm 2022

TẾT ĐẦU TIÊN TRÊN ĐẤT ÚC

Tác giả và gia đình chủ nhà người Úc

Tác giả và cô chủ nhà người Úc làm món gỏi cuốn Việt Nam tại Úc

Tô canh khổ qua hầm được nấu tại Úc của tác giả

Với mỗi người con đất Việt, những ngày Tết Nguyên đán, được sum vầy, đoàn tụ cùng gia đình mới là cái Tết trọn niềm vui nhất. Song không phải ai cũng có được điều quý giá ấy. Dẫu đã trải qua nhiều cái Tết xa nhà khi còn ở Việt Nam, nhưng việc đón Tết tại xứ sở kangaroo vào mùa xuân năm Nhâm Thìn 2012 với tôi, luôn là một kỷ niệm sâu sắc, là những trải nghiệm khó quên và mỗi lần nhớ lại, tôi luôn bùi ngùi, xúc động.

Quê hương trên đất khách

Việc đạt được suất học bổng phát triển ADS của Chính phủ Australia đã đưa tôi đến đất nước xinh đẹp này vào những ngày tháng Chạp về cùng những cơn gió chướng vừa đi qua. Ngày tôi rời Việt Nam lên đường sang Úc du học rơi đúng vào dịp 23 tháng Chạp, ngày tiễn đưa ông Táo về trời, là ngày đánh dấu những hoạt động chuẩn bị cho Tết bắt đầu. Khởi đầu cho hành trình du học tại đây, tôi đã chọn hình thức ở chung với người bản địa (homestay) thông qua lời giới thiệu của trang web tại trường nơi tôi sẽ theo học, bởi tôi muốn học thêm về ngôn ngữ, văn hóa của người Úc. Sau mười mấy tiếng đồng hồ vật vã trên hai chặng bay dài, tôi được gia đình cô chủ nhà (host) ra tận sân bay đón, để bắt đầu những chuỗi ngày học tập của mình tại thành phố Adelaide, bang Nam Úc.

Với những du học sinh lần đầu tiên đón Tết xa quê hương, lại mới chân ướt, chân ráo đặt chân qua xứ người như tôi, thời điểm những ngày cận Tết có lẽ không tránh khỏi phút giây chạnh lòng, nhớ nhung và cô đơn. Những bãi biển đẹp, phong cảnh nên thơ cùng những con người hiền hòa ở đây vẫn không sao khỏa lấp hết nỗi nhớ nhà, nhớ làng quê, gia đình cùng không khí Tết ở Việt Nam. Cồn cào. Da diết. Ôi, Tết tha hương. Tôi thèm một cảm giác cùng mẹ rim mứt dừa, làm bánh tráng gạo mỏng béo ngậy nước cốt, một loại bánh đặc trưng ngày Tết ở Bến Tre quê mình. Tết quê trong trí nhớ của tôi còn là những chuỗi ngày tất bật phụ giúp ba bên những luống rau xanh chuẩn bị cho vụ Tết. Trên đồng, hai cha con cùng nhổ cỏ, cắt rau, vác vội lên những chuyến xe chở hàng về phố hoặc mang ra bỏ mối cho các bà, các dì bán phiên chợ cuối cùng của năm. Tôi nhớ đến nao lòng những đêm giao thừa, khi chị em tôi đang canh lửa cho nồi bánh tét thì thấy dáng mẹ cứ lúi cúi bên cái lu sành đặt ngay mép con rạch nhỏ, lúc lại hì hụi bên khoảng sân trống sau nhà để chuẩn bị đầy đủ nước dùng, củi đun trong những ngày Tết. Những cung bậc cảm xúc đó vẹn vẹn nguyên trong tôi như một miền ký ức không thể quên, không thể phai nhạt, dẫu thời khắc ấy, tôi đang ở xa quê hương mình hàng ngàn cây số.

Đại sứ ẩm thực ngày Tết

Với nhiều người nước ngoài, ngày xuân ở Việt Nam luôn chứa đựng nhiều điều lạ lẫm và lý thú. Tết năm ngoái cũng là dịp tôi giới thiệu các món ăn truyền thống của Việt Nam đến vợ chồng cô Susan và chú Richard, chủ nhà tôi đang ở. Ngày cuối cùng của năm rơi vào đúng dịp cuối tuần, nên tôi đã cùng cô đi đến khu chợ châu Á tại trung tâm thành phố để mua những nguyên liệu chế biến các món ăn Việt Nam. Đau đầu suy nghĩ. Loay hoay kiếm tìm. Tôi muốn giới thiệu đến vợ chồng cô một món gì đó mang đậm hương vị Việt Nam và chế biến không quá cầu kỳ, bởi thật sự tôi chưa tự tin lắm với khả năng bếp núc của mình. Bữa cơm ngày cuối năm ở nhà cô do chính tay tôi nấu có sự trợ giúp đặc biệt từ cô, bởi cô muốn học hỏi về văn hóa, ẩm thực của Việt Nam. Món gỏi cuốn cho bữa trưa và canh khổ qua hầm, thịt kho trứng ăn kèm dưa leo, cà chua (do tôi không làm kịp món dưa giá) cho bữa tối được tôi coi là bữa ăn mang đậm hương vị Việt Nam trong một gia đình người Úc.

Vợ chồng cô Susan ngạc nhiên với món thịt kho trứng (hay thịt kho nước dừa) và canh khổ qua hầm, những món ăn phổ biến vào dịp Tết với hầu hết các gia đình quê tôi. Tôi kể cho cô nghe ý nghĩa của việc ăn canh khổ qua hầm vào dịp này. Chồng cô dù nhăn mặt với mùi nước mắm, nhưng rồi lại tấm tắc với mùi thơm của thịt, của trứng cùng hương vị đặc trưng của bát thịt kho. Tôi hồi hộp lắm khi thức ăn được bày ra. Và tôi sung sướng vô cùng khi nhận được những lời khen tặng. Vui nhất là tôi đã giới thiệu được nét văn hóa ẩm thực của quê hương mình, còn cô cũng thấy thú vị khi cảm nhận được hương vị món ăn, gia vị vừa phải, thanh đạm. Cô cũng biết thêm đặc trưng của nền ẩm thực Việt Nam chính là sự hòa quyện của sự cân bằng âm dương, hàn nhiệt, của triết lý ngũ hành.

Xen lẫn câu chuyện của chúng tôi trong bữa tối là lời kể về những phong tục ngày Tết, về mâm ngũ quả, bánh tét, bánh chưng, hoa mai, hoa đào, dâng lễ ông bà tổ tiên và tục mừng tuổi, hạ nêu... Dù vậy, bữa cơm mang hương vị Việt Nam giữa quê người vẫn không thể ngăn nổi những dòng nước mắt trên má tôi ngay đêm giao thừa. Tết tha hương là như thế đó.

Thời gian cứ vùn vụt đi qua. Năm nay lại thêm một cái Tết tha hương trên đất nước Australia.

Việt Nam ơi, có ai bán một mùa Tết cho tôi?

2

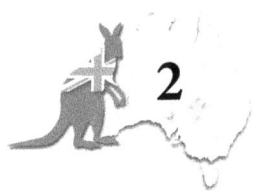

NHỮNG CHUYỆN NHỎ BÊN ĐƯỜNG NƯỚC ÚC

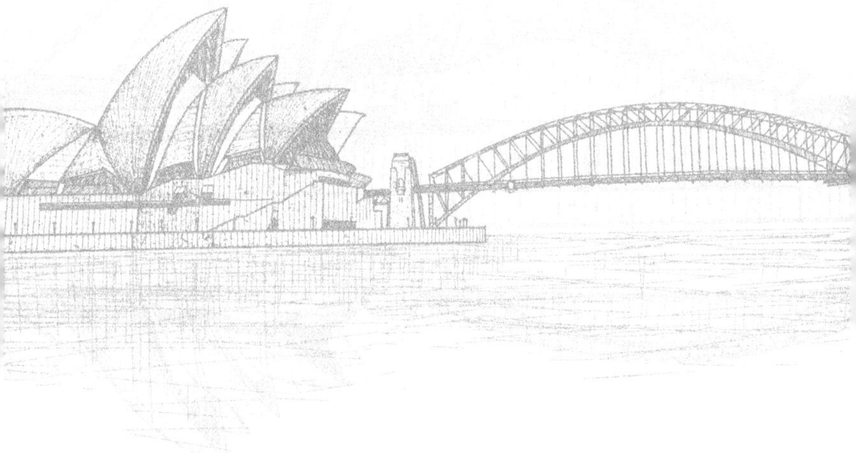

Một góc nhà chờ xe buýt
ở bang Nam Úc

Tác giả trong một chuyến đi thực tế
trong rừng

Tác giả và bạn tại biển Brighton,
bang Nam Úc

Đồ đạc dụng cụ của tác giả trong một chuyến đi thực tế

Những ngày tháng đầu của một du học sinh Việt ở giữa quê người đầy bỡ ngỡ, khó khăn, nhưng chứa chan biết bao kỷ niệm không thể quên. Tôi có biết bao ký ức, hoài niệm vui buồn trong quãng thời gian sinh sống và học tập tại nước Úc xa xôi. Trên đường gió bụi, tôi góp nhặt đây đó vài mẩu chuyện nhỏ nhưng đã đem lại cho tôi những điều đáng suy ngẫm.

Chuyện ở trạm xe bus

Cùng với giảng đường, thư viện thì trạm xe buýt có lẽ là địa điểm hết sức quen thuộc với những du học sinh xa nhà. Khi đặt chân đến Úc du học, cũng giống như bao bạn bè khác, tôi đã chọn phương tiện giao thông này để đi lại mỗi ngày, bởi xe buýt là một trong những cách di chuyển rẻ nhất và tiện dụng nhất ở đây. Cũng tại nơi này, những trải nghiệm, ấn tượng, cảm xúc và bài học trong những lần đi xe buýt lại trở thành những điều đáng nhớ trong tôi.

Học kỳ hai năm thứ nhất, tôi theo học chương trình thạc sĩ tại thành phố Adelaide. Vào một chiều đông, vừa bước ra từ một siêu thị, đảo mắt tìm cô bạn cùng đi nhưng không thấy, tôi ngồi xuống nghỉ chân tại nhà chờ xe buýt ở khu mua sắm. Thực ra, hôm đó, kế hoạch tiếp theo của chúng tôi là sẽ đi đến cửa hàng mua một chiếc máy sưởi để chống chọi với cái lạnh của những tháng ngày mùa đông, cùng những cơn mưa rả rích ở đây. Nhưng thực sự, bản thân tôi cũng chưa biết cửa hàng nào có bán máy sưởi để đến tìm mua. Trong lúc vài người xung quanh đọc sách, các bạn trẻ mơ màng theo tiếng nhạc của chiếc Iphone thì tôi vẫn còn bận rộn với câu hỏi: "Nơi nào có bán máy sưởi?". Ngồi chưa ấm chỗ, trong khi bạn tôi vẫn chưa ra thì có một bác đặt nhẹ chiếc túi xuống rồi mỉm cười cất giọng hỏi rằng bà có thể ngồi ở đây không. Không một chút do dự, tôi cũng mỉm cười đáp lại: "Dạ được, thưa bà". Và rồi, khoảng cách xa lạ ban đầu giữa tôi và bà như thu hẹp lại bởi những câu hỏi đáp qua lại về thời tiết, về kế hoạch nấu món ăn cuối tuần của bà. Bà kể cho tôi nghe khi chỉ vào giỏ rau củ vừa mua được. Tôi chợt thấy ấm lòng bởi sự thân thiện cùng nụ cười ấm áp của một người phụ nữ xa lạ.

Dòng người lướt qua nhanh cùng những chiếc xe hơi cứ cuồn cuộn phía bên đường. Và rồi, nhớ đến chiếc lò sưởi, tôi không còn do dự nữa mà buột miệng thốt lên: "Bà có biết gần đây có cửa hàng nào bán lò sưởi không? Con muốn đi mua và vẫn chưa biết ở đâu có bán". Sau khi nghe tôi chia sẻ hết kế hoạch và cả sự do dự của mình, bà lấy ra một tờ giấy, viết tên cửa hàng, vẽ bản đồ kèm theo chi tiết các tuyến xe buýt chạy ngang khu South Road rồi đưa sang cho tôi. Tôi vẫn nhớ như in cảm giác xúc động khi được bà chia sẻ, chỉ dẫn tận tình đường đến cửa hàng máy sưởi, đó là sự vui mừng như một đứa trẻ vừa nhận được quà. Rồi bạn tôi xuất hiện, chúng tôi cùng đợi đón chuyến xe buýt thẳng hướng về South Road theo lời bà chỉ dẫn. Tôi còn chưa kịp nói hết lời cảm ơn, xe buýt đã đến, đợi mọi người trật tự xếp hàng lên xe buýt, bà đi đến dặn với theo tài xế chỗ cần thả chúng tôi xuống phía trước cửa hàng đồ điện, nói với bác tài xế nhớ giúp đỡ chúng tôi, bà còn ghi kèm số điện thoại cho tôi, bảo có gì cứ gọi cho bà.

Với tôi, mỗi ngày qua đi, có cơ hội được tiếp xúc với nhiều người Úc hơn, tôi nhận ra rằng, họ vô cùng nhiệt tình, cởi mở, hiếu khách. Điều đó, càng làm cho cảm giác lạ lẫm nơi xứ người của một du học sinh như tôi dần giảm đi, thay vào đó, chính là cảm giác biết ơn vì sự thân thiện lẫn yêu thương. Đến đâu tôi cũng gặp được sự quan tâm, nhiệt tình giúp đỡ của người dân địa phương. Đó là những điều tôi không thể không nhắc đến khi đề cập đến văn hóa của người Úc. Và tôi biết, khi đã cầm được trên tay chiếc máy sưởi, tôi cảm thấy ấm áp, an lòng cho những ngày đông gần kề. Niềm vui đơn sơ ấy như gấp bội bởi lan tỏa bên trong đó là hơi ấm của tình thương, sự tử tế của một người xa lạ mà tôi chỉ mới thoáng gặp qua bên đường.

Làm "cửu vạn" giúp mình

Nói về những câu chuyện bên đường, tôi không thể quên một chuyến trải nghiệm gần đây nhất của mình. Vì tính đặc thù của ngành học, tôi bắt buộc phải tham gia nhiều chuyến gọi là "field trip", hay còn gọi là đi thực tế bên ngoài trường. Có khi chúng tôi đi một nhóm, cũng có khi phải tự đi một mình. Kỳ nghỉ giữa học kỳ hai tuần là dịp để tôi cố sức làm xong một phần bài tập bắt buộc của mình. Do tôi không có xe hơi và cũng không biết lái xe, vì vậy, xe buýt lại một lần nữa tỏ ra thật hữu ích, cho dù những địa điểm tôi cần đến không phải lúc nào cũng có tuyến xe buýt chạy qua. Cũng có khi vì đồ đạc lỉnh kỉnh, máy móc cồng kềnh và đắt tiền buộc tôi phải thuê taxi, cho dù những mối bận tâm về vấn đề tài chính cũng là một trong những nỗi lo thường xuyên của tôi. Từ trường tôi học, có nhiều tuyến xe buýt khác nhau để đến trung tâm thành phố. Tuy vậy, vào ngày lễ, cuối tuần, số lượng xe buýt không nhiều và thời gian chờ đợi vì vậy cũng lâu hơn. Nhiều lần đi field trip, tôi đã cố nén để nước mắt không trực trào vì tủi thân, khi thân gái một mình ở xứ lạ quê người, lại lỉnh kỉnh đủ thứ máy móc, thiết bị trên người, hì hục leo qua những dốc, những đồi cao.

Tôi học ngành truyền thông, nên mỗi lần đi thực tế thì đồ đạc, thiết bị máy móc của tôi rất nặng và nhiều. Lần đó, tôi được một người bạn phụ giúp mang vác máy móc, thiết bị đến bờ sông Torrens để thực hiện một phỏng vấn ngắn cho dự án của mình. Trong lúc tôi hì hục với công việc, thì bạn tôi sẽ đi mua sắm ở khu trung tâm thương mại gần đó. Do tôi không muốn phiền đến bạn nhiều, làm mất thời gian, nhất là một khi bạn có cuộc hẹn khác vào buổi chiều, nên tôi nói mình có thể tự xoay xở cho chuyến về. Tôi sẽ tự thuê xe taxi để chở máy móc, bạn không phải lo nhiều. Sau hơn hai tiếng hì hục với công việc, tôi chuẩn bị về lại trường. Khi tôi còn đang rối rắm với bao đồ đạc của mình, thì có một chị đang dẫn con trai thả bộ dọc công viên cạnh bờ sông. Chị ngồi cạnh ghế đá gần đó, như đọc được những lo âu trong mắt tôi, nên đã đến bên tôi và nhẹ nhàng hỏi tôi có cần giúp gì không. Đợi tôi trình bày hết, chị bảo, chị muốn phụ tôi một tay với gói đồ đạc lỉnh kỉnh của mình.

Vì đã thấm mệt, và sắp đến giờ phải bàn giao máy móc cho kho, nên tôi ngỏ ý muốn đi xe taxi về trường cho nhanh, nhưng sáng nay, vì quá vội, tôi đã bỏ quên quyển sổ tay có ghi kèm số điện thoại của các hãng taxi bên này.

Vậy là, chị đã không ngần ngại giúp tôi gọi điện thoại cho hãng taxi, cùng tôi trò chuyện trong lúc chờ xe đến, rồi tiếp tục giúp tôi một tay khiêng tất cả các đồ dùng để lên xe. Biết tôi từ Việt Nam sang đây học, chị ồ lên một tiếng, rồi khen món phở và chả giò Việt Nam ngon, chị cũng cho biết bản thân chị đang cùng với gia đình dự định sẽ du lịch sang châu Á một chuyến trong thời gian sắp tới, tất nhiên, mong muốn thưởng thức món phở chính hiệu tại Việt Nam cũng không nằm ngoài dự định của gia đình chị. Trong những giây phút ấy, tôi thấy lòng ấm áp lạ thường, thấy lòng mình như được an ủi, vỗ về qua những phút giây tâm sự cùng một con người xa lạ mà tôi chưa hề biết đến trước đó. Gió mơn man từ dòng sông Torrens thổi vào, ngày thu Adelaide trời xanh và nắng đẹp, ngay giây phút ấy, tôi cảm thấy thật cảm động biết bao với những sự quan tâm, chia sẻ nhỏ nhặt đơn sơ nhất trong cuộc sống, ở nơi không phải mảnh đất mình sinh ra và lớn lên.

Cũng trong giây phút ấy, sự quan tâm, chia sẻ và tấm lòng của một người Úc xa lạ đã làm cho một tâm hồn Việt Nam, một sinh viên Việt Nam trên nước Úc như tôi rưng rưng muốn khóc.

Tôi thấy sống mũi mình cay cay khi vẫy tay chào mẹ con chị để trở về. Và tôi gọi chuyến field trip lần đó là chuyến đi của những cảm xúc, của hạnh phúc đơn sơ, bởi với những con người tôi gặp thoáng qua trên đường. Những tình cảm, lòng hiếu khách và sự thân thiện của họ đã làm cho tôi thấy hạnh phúc vô cùng khi nghĩ về.

Hai năm ngắn ngủi sang Úc dùi mài kinh sử dưới sự hỗ trợ của chính phủ Úc, nhưng tôi biết, ký ức về những năm tháng ở mảnh đất hiền hòa, thân thương này sẽ còn đọng mãi trong tôi, đi theo tôi đến hết cuộc đời này. Cảm ơn nước Úc, cảm ơn những người dân Úc đã ban tặng cho tôi những ký ức đẹp trong quãng đời tuổi trẻ.

Tôi sẽ lại tiếp tục kể cho các bạn nghe về những chuyện ghi vội bên đường. Bởi tôi biết, giữa tiếng gió ngàn, giữa những tâm hồn trong trẻo và đầy đáng yêu của con người nơi đây, những câu chuyện của tôi vẫn chưa dừng lại.

KỂ CHUYỆN
CHĂM LO CHO TRẺ EM Ở ÚC

Phòng dành riêng cho các bà mẹ có nhu cầu thay tã cho con nhỏ, dễ dàng tìm thấy ở những nơi công cộng

Trẻ em Úc có nhiều cơ hội vui chơi, học tập và phát triển trong một môi trường đáng mơ ước

Dù không có con nhỏ hay bận bịu chăm lo con cái như nhiều người bạn, người chị khác trong quãng thời gian học tập tại Úc, nhưng tôi đã có nhiều cơ hội được trải nghiệm, quan sát về một môi trường xã hội Úc dành cho trẻ em. Ở đây, tôi xin phép không bàn luận sâu về những kinh nghiệm bầu bí, sinh nở, nuôi dạy con, về nhà trẻ, mà chỉ xin kể cho bạn nghe vài mẩu chuyện, mà tôi cho là ấn tượng, đáng để suy ngẫm, nhất là khi ngày Quốc tế Thiếu nhi mùng 1 tháng 6 đang cận kề.

Tôi còn nhớ, ngày đầu đặt chân đến xứ sở của những chú chuột túi, sau mười mấy tiếng đồng hồ vật vã trên máy bay, vừa đặt chân xuống sân bay Adelaide, tôi vội vã đi tìm nhà vệ sinh để rửa mặt cho tỉnh táo. Đang lóng ngóng thì đập vào mắt tôi là tấm bảng có in hình em bé với dòng chữ "parents" (cha mẹ). Sau này, tôi mới biết, tại Úc, đó là những nơi dành riêng cho các ông bố, bà mẹ để thay bỉm, quần áo, pha sữa cho con em mình, được đặt tại những địa điểm công cộng. Giống như nhiều quốc gia phát triển khác, ở Úc, trẻ em được coi là kho báu của mỗi gia đình, là nền tảng của xã hội, được nhận sự chăm sóc và quan tâm rất lớn. Việc dành một không gian riêng biệt để cho cha mẹ tiện việc chăm sóc con mình tại các nhà vệ sinh công cộng đã phần nào minh chứng cho điều đó. Ngoài những vật dụng thông thường, đây là một phòng khá lớn, có cả cái ghế nằm có dây thắt, rất tiện dụng để các phụ huynh dễ dàng thay tã, bỉm cho con của họ.

Ở Úc, có thời gian sống trong cộng đồng, tôi đã quan sát và học hỏi được các phương pháp chăm lo, quan tâm đến trẻ em rất thú vị. Tại các siêu thị, khu thương mại, người ta thường có những chiếc xe đẩy kích cỡ nhỏ. Trên đó có gắn cờ trang trí với màu sắc sặc sỡ để dành riêng cho trẻ con. Với chiếc xe tí hon này, các bé có thể tự tay đẩy, kéo và đặt những vật dụng gia đình cần mua vào đó.

Đến nhà hàng, với gia đình có con nhỏ, công việc đầu tiên mà những người phục vụ cần làm không phải là mang thực đơn ra, mà thay vào đó, họ mang ra một chiếc ghế riêng biệt. Đó là một cái ghế cao dành cho trẻ con, được thiết kế an toàn, chắc chắn. Vì vậy, bố mẹ các em không cần phải ôm con kè kè bên mình trong suốt thời gian tại nhà hàng và thoải mái dùng bữa. Dù là lời khen thừa đối với sự chăm lo dành cho những mầm non đất nước ở Úc, nhưng tôi hoàn toàn ấn tượng bởi những chi tiết vụn vặt như thế đấy.

Chưa hết, khi cho trẻ cùng tham gia giao thông, các bậc phụ huynh không chỉ chú trọng đến việc tuân thủ theo các quy định của pháp luật mà còn rất quan tâm đến việc bảo vệ sự an toàn cho trẻ trên đường. Khác với ở Việt Nam, cha mẹ thường ôm con vào lòng hoặc để cho con ngồi trên xe, ở Úc, người ta buộc phải có một loại ghế riêng dùng cho trẻ em trên xe hơi. Theo quy định, trẻ con phải ngồi ghế này, thắt dây an toàn khi di chuyển, cho đến khi lên bảy tuổi. Luật quy định về việc sử dụng ghế ngồi xe hơi cho trẻ em đã có hiệu lực và thi hành nghiêm chỉnh. Các chế tài dành cho những trường hợp không tuân thủ, hoặc sử dụng ghế an toàn cho trẻ một cách qua loa, cẩu thả sẽ bị phạt rất nặng.

Điều đó không có nghĩa là các bậc cha mẹ chỉ làm cho có hay mang tính đối phó. Thay vào đó, việc này hướng đến mục đích cao cả hơn là bảo vệ an toàn và hạn chế những ca thương vong, chấn thương cho trẻ trên đường phố.

Những ai đã từng sống tại Úc, du lịch đến Úc chắc hẳn sẽ rất ấn tượng với các khu vui chơi miễn phí dành riêng cho trẻ em tại khu thương mại, trong công viên, trường học hay bên vệ đường… Tôi cũng có mấy kỷ niệm cùng gia đình các bạn nhỏ là hàng xóm của mình, bên công viên, khu cầu trượt, đến bây giờ tôi vẫn còn nhớ. Để xây dựng các khu vui chơi như vậy, ngoài ngân sách của chính phủ còn có rất nhiều hộ cá nhân, gia đình đã tự bỏ kinh phí, khoảng đất riêng để xây những khu cầu trượt, đu quay, vườn hoa phục vụ nhu cầu vui chơi của trẻ con. Các hộ trong vùng thường đưa con em đến vui chơi mà không tốn xu nào, họ luôn được chào đón, bất kể thời gian nào trong ngày. Lắm lúc, những không gian này còn là một niềm vui riêng với gia chủ, nhất là các cặp vợ chồng lớn tuổi, con cái sống ở xa. Nhiều lần ngang qua đó, tôi đã nghĩ về trẻ em

Việt Nam và không ngừng mơ ước, rằng đến một ngày, các em nhỏ ở quê nhà cũng sẽ được hưởng thụ những không gian riêng để thoải mái vui đùa như vậy.

Trẻ em Úc có nhiều cơ hội vui chơi, học hành trong một môi trường đáng mơ ước. Sự hành xử của người lớn trong việc chăm lo cho trẻ em cũng là một điều đáng bàn. Một lần, nhóm chúng tôi đến ghi hình cho một học phần của mình tại một trường tiểu học ở địa phương. Để được phép, chúng tôi phải thông qua nhà trường bằng hàng loạt công văn, giấy tờ. Rồi hiệu trưởng sẽ gửi thông báo đến từng phụ huynh để xin ý kiến, rằng họ đồng ý bằng cách ký vào một tờ giấy gọi là "release form" để chúng tôi đến ghi hình các em. Điều đó cho thấy, việc bảo mật các thông tin cá nhân cho con trẻ và cách để chúng tiếp xúc với truyền thông được các bậc phụ huynh và nhà trường hết sức quan tâm. Bởi điều này có ảnh hưởng lâu dài đến quyền lợi và sự riêng tư, nhất là khi các em trưởng thành. Truyền thông, báo giới không được phép ghi hình phỏng vấn trẻ nhỏ dưới 18 tuổi, khi không có cha mẹ hoặc người giám hộ kề bên.

Hầu hết các bậc cha mẹ ở Úc đều không có thói quen chụp ảnh con cái của mình, rồi đưa lên các trang mạng xã hội, Facebook chẳng hạn. Cấm kỵ hơn cả là các tấm ảnh chụp trẻ em trong tư thế "mát mẻ". Tại Úc, nếu cha mẹ chụp ảnh con, trong những tư thế được coi là "nhạy cảm" hay "đáng xấu hổ" như không mặc áo quần, dù bé còn nhỏ, thì họ có thể sẽ gặp rắc rối với cảnh sát. Hành động này của các bậc phụ huynh bị coi là đáng chê trách, nó có thể bị xếp vào dạng: "child pornography" (khiêu dâm trẻ em).

Cũng giống như ở nhiều nước tiến bộ khác, ở Úc, người ta tin rằng, một khi thông tin về, hình ảnh, video về con cái họ được chia sẻ trên các trang mạng xã hội, có thể tạo điều kiện để những kẻ xấu lấy cắp và lợi dụng, thậm chí, tính mạng đứa trẻ sẽ gặp nguy hiểm. Đây là điều không cha mẹ nào mong muốn xảy ra với những thiên thần nhỏ của họ.

4

KHOE CON

Một ngày nọ, tại trạm chờ xe buýt ở thành phố Brisbane, Australia, tôi đứng cạnh một cặp mẹ con.

Bà mẹ lớn tuổi dặn dò rất kỹ người con gái đã ở tuổi trung niên rằng không được ghi tên cháu ngoại bà ở mặt sau balô, nơi ai cũng có thể nhìn thấy. Vì như vậy, cháu có thể gặp rủi ro. Bà còn dặn, hãy thận trọng với bất kỳ tấm ảnh nào chứa cảnh đứa trẻ lên xe buýt mà có thể thấy rõ số xe, tuyến đường chúng đi học hằng ngày. Bà than phiền về việc các bà mẹ bây giờ hồn nhiên và sơ hở quá khi đưa hình ảnh trẻ con lên mạng kèm đồng phục trường hoặc *check in* thời gian, giờ giấc đưa đón con cụ thể rõ ràng. "Thế là cung cấp cho kẻ xấu mọi thứ chúng cần", bà nói.

Những lời dặn dò của bà vô tình lọt vào tai tôi và tôi nghĩ chúng đáng được lắng nghe với sự chú tâm tuyệt đối. Đúc kết của bà không mới, chủ yếu là tôi thấy xúc động. Tôi hiểu tác hại của việc lộ thông tin cá nhân trẻ con, hiểu tác động hai mặt của mạng xã hội. Nhiều phụ huynh cũng biết điều đó như tôi, nhưng không phải ai cũng kìm nén được niềm vui khoe con trên mạng để đổi lấy sự an toàn về hình ảnh và thông tin cá nhân cho con cái.

Đã bao lần bạn bắt gặp những dòng cập nhật trên trang cá nhân của bạn bè, từ kỷ niệm ngày con vào lớp một, đăng ảnh tuổi 15 của con, rồi lễ sinh nhật của các bé được tổ chức ở trường này, lớp nọ?

Khi bạn công khai đăng ảnh và thông tin của con lên mạng, có hai hậu quả dễ nhìn thấy. Trước tiên và rõ nhất chính là thông tin bị thu thập cho mục đích tiếp thị, quảng cáo. Phương tiện truyền thông xã hội dường như là một công cụ miễn phí. Nhưng trên thực tế, để có thể sử dụng, người dùng đã "đánh đổi" hay "thanh toán" bằng dữ liệu cá nhân và thông tin tạo nên dữ liệu. Thứ hai, có nhiều khả năng, những bức ảnh bị thao túng và biến thành một thứ khác, phục vụ cho mục đích xấu.

Ví dụ, khi tìm dữ liệu cho một báo cáo của mình, tôi đã rất ám ảnh với chia sẻ của một bà mẹ ở bang Florida, Mỹ. Mọi thứ bắt đầu sau khi ảnh của Kat được mẹ đưa lên một nhóm Facebook gồm toàn bạn bè và người thân. Bức ảnh sau đó bị kẻ xấu đánh cắp để dùng vào việc tạo ra một hình mẫu búp bê tình dục trẻ em giống hệt như Kat và được bán hợp pháp trên Amazon cùng các trang web người lớn khác với giá 599 đôla. Người mẹ nói, đó sẽ là nỗi đau và sự day dứt không bao giờ nguôi ngoai với bà.

Báo cáo được công bố mới đây bởi Liên minh toàn cầu WeProtect, do Economist EI thực hiện cho biết, hiện nay, có đến 46 triệu hình ảnh, video khác thường có liên quan đến chủ đề bóc lột, lạm dụng tình dục trẻ em trong kho lưu trữ của *Europol* (Cục Cảnh sát châu Âu).

Trẻ em đã luôn có được sự ưu ái của đại gia đình, với nhận thức sớm và rõ ràng các nguy hiểm có thể gặp phải. Ông bà, cha mẹ thường lập rào lưới bảo vệ. Cửa trước được rào. Ngõ sau được chặn. Để bảo vệ con trẻ khỏi các hiểm nguy. Ổ điện cũng được bịt kín lại, nơi cất dao phải ngoài tầm với của trẻ. Vậy sao chúng ta không nghĩ đến những hiểm họa từ trên mạng và cần có các rào chắn bảo vệ tương tự?

Theo tôi, có ba vấn đề cần lưu ý để bảo đảm an toàn cho trẻ trên không gian mạng.

Trước hết là không nên đăng ảnh hay các video tiết lộ rõ đặc điểm nhận dạng, thông tin cá nhân của con trẻ và cẩn trọng với những ảnh hưởng tiêu cực có thể xảy đến. Các bậc phụ huynh nên cân nhắc kỹ về lời khuyên bỏ qua việc khoe các cột mốc trong cuộc sống và thành tích của con. Niềm tự hào về con cái, nếu được chia sẻ với những người gần gũi, thân quen trong các cuộc gặp mặt trực tiếp, sẽ ý nghĩa và nhận được nhiều đồng cảm hơn là trưng lên mạng với nhiều người lạ.

Mặt khác, phụ huynh nên sử dụng quyền của mình, yêu cầu trường học và các tổ chức khác minh bạch về việc sử dụng dữ liệu do công nghệ của họ thu thập. Nếu không cảm thấy đủ an toàn và tin cậy, bạn có thể từ chối. Điều này áp dụng luôn cho cả khi ghi danh cho con bạn học một khóa ngoại ngữ, hay các lớp năng khiếu. Nhiều vụ để lộ, lọt thông tin học sinh, những cuộc gọi lừa đảo phụ huynh gần đây cho thấy, dữ liệu của trẻ có thể đã bị mua bán trái phép hoặc bị rò rỉ do các đơn vị nắm giữ không ý thức được tầm quan trọng của bảo mật thông tin cá nhân. Tôi từng ngỡ ngàng khi chứng kiến một trung tâm ngoại ngữ đăng tải công khai danh sách học sinh cùng địa chỉ và số điện thoại liên lạc của bố mẹ trên trang Facebook của họ.

Cuối cùng, xét trên quy mô toàn xã hội, vai trò và sự can thiệp của các ngành chức năng, nhà hoạch định chính sách, các cơ quan bảo vệ trẻ em là điều rất cần thiết. Từ năm 1998, Mỹ đã ban hành Đạo luật bảo vệ quyền riêng tư của trẻ em trên mạng Internet COPPA (Children's Online Privacy Protection Act). Đạo luật nêu rõ những yêu cầu chi tiết cần có trong chính sách bảo mật của một nhà điều hành trang web, khi nào và làm thế nào để được sự chấp thuận từ cha mẹ hoặc người giám hộ của trẻ.

Tại Việt Nam, Nghị định 56/2017/NĐ-CP quy định một số điều của Luật Trẻ em cũng dành một chương về Trách nhiệm bảo vệ trẻ em trên môi trường mạng. Nhưng phần nội dung này còn sơ sài: gồm 5 điều, được diễn đạt thiếu cụ thể; chẳng hạn "Doanh nghiệp kinh doanh, cung cấp dịch vụ trên môi trường mạng phải có biện pháp sử dụng dịch vụ bảo vệ người sử dụng là trẻ em (khoản 2, điều 35) hoặc "Tổ chức, doanh nghiệp cung cấp dịch vụ trên môi trường mạng phải hướng dẫn việc sử dụng dịch vụ, sử dụng các thiết bị công nghệ thông tin, tiếp cận thông tin để bảo vệ trẻ em trên môi trường mạng" (khoản 3, điều 34).

Với sự thay đổi chóng mặt của công nghệ thông tin, sự phát triển mạnh của các nền tảng mạng xã hội, các quy định của luật cần được cập nhật đầy đủ và chi tiết hơn, cung cấp hướng dẫn cần thiết đi kèm chế tài xử phạt nghiêm khắc.

Trẻ em sẽ không thể được bảo vệ tốt trên môi trường mạng nếu người lớn chưa ý thức được đây là một vấn đề hệ trọng.

ADELAIDE CHIỀU NAY...
TIẾNG ĐÀN

Tác giả chụp ảnh cùng một nhóm nhạc Úc tại thành phố Adelaide

Nghệ sĩ đường phố tại Úc

Tiền típ được đặt trong vỏ đựng đàn

Một chiều cuối tuần trước khi học kỳ mới bắt đầu, tôi dành nhiều thời gian hơn để lang thang, rong ruổi trên những con đường thân quen trên phố. Bỗng nhiên, tôi cảm thấy trong lòng thư thái, nhẹ nhõm hẳn khi bắt gặp những âm thanh quen thuộc và rất đỗi thân thương. Ấy là tiếng đàn ghita, tiếng dương cầm hòa cùng những giọng hát trong trẻo hay tiếng trống cùng âm thanh từ nhạc cụ didgeridoo đặc trưng của thổ dân Úc cất lên giữa lòng thành phố Adelaide yên bình, xinh đẹp, nơi tôi đang sinh sống và học tập.

Street artists và buskers ở Adelaide

Street artists, buskers được hiểu nôm na là những nghệ sĩ đường phố. Ở các nước phát triển, âm nhạc đường phố, từ lâu đã trở thành nét văn hóa đặc trưng. Ở các thành phố lớn của Úc cũng vậy, người ta có thể dễ dàng bắt gặp những nghệ sĩ đường phố này ở mọi nơi, chốn công cộng như phố xá đông người qua hay công viên, trung tâm thương mại.

Tại thành phố Adelaide, bang Nam Úc, những con đường dọc theo hải cảng nhộn nhịp. Adelaide Port hay khu thương mại sầm uất Rundle Mall là nơi biểu diễn của nhiều nghệ sĩ đường phố. Tại đó, bất kể đang là mùa đông vần vũ, lúc xuân về với nắng vàng rực rỡ hay khi hè sang lúc trời đứng gió, du khách vẫn dễ dàng bắt gặp những nghệ sĩ đứng biểu diễn nhiệt tình, say sưa. Lúc nào họ cũng đắm mình vào những tiết mục, say theo những tiếng đàn lời ca để bao con tim khách thập phương phải thổn thức. Đó có khi là tiếng vĩ cầm réo rắt, da diết làm du khách phải dừng bước.

Những du khách lần đầu đến Adelaide, tiếng trống thôi thúc hay những âm thanh đầy huyền bí từ nhạc cụ didgeridoo, những nhạc cụ của thổ dân Úc đã kéo họ gần hơn về phía một nhóm đông người đang đứng ở góc đường. Tôi đã từng như bị thôi miên bởi những âm thanh này giữa một khu mua sắm sầm uất trên phố Rundle Mall đến nỗi bỏ dở việc mua sắm cùng cô bạn cùng lớp rồi lao mình theo những âm thanh đầy cuốn hút nhưng không kém phần huyền bí ấy. Nói thêm một chút về didgeridoo, vốn được làm từ thân cây Ecalytus, được tạo thành nhờ những con mối ăn rỗng phần ruột, có độ dài từ một đến ba mét. Người chơi sẽ cần đến một loại sáp mỏng bảo vệ môi, dùng hơi thổi mạnh đồng thời tạo nên những sóng âm đập vào nhạc cụ. Điều thú vị là các loại nhạc cụ này, dù được biểu diễn trên phố bởi những thổ dân hay người Úc da trắng thì cũng đều tạo ra một không gian đầy âm thanh sống động cho mỗi góc phố, con đường, nơi họ đang có mặt. Những âm thanh này còn góp vui cho nhiều khách bộ hành, tạo một cái nhìn đầy thiện cảm và đậm nét văn hóa bản địa. Trong khoảnh khắc ấy, âm nhạc như một sợi dây kết nối những con người xa lạ đến gần nhau hơn. Các nhạc công cứ say sưa tấu lên những bản nhạc và những đồng xu lẻ lẳng lặng được đặt xuống không ngần ngại, kèm theo những nụ cười và tấm lòng trân trọng.

Niềm đam mê không tắt

Giống như ở các thành phố nơi trời Tây, hay bất kỳ thành phố khác của Úc, ở Adelaide, có nhiều lý do để người ta bắt gặp những gương mặt nghệ sĩ đường phố tại các góc đường, nơi công cộng. Trong khi một số cô đơn, buồn chán với cuộc sống thực tại và muốn tìm quên bằng những lời ca, tiếng đàn thì với không ít người, mưu sinh mới là mục đích chính. Họ chơi nhạc để kiếm sống. Họ mưu sinh theo cách riêng của mình. Những người du ca này, kiếm tiền bằng công sức, tài năng, góp vui thêm cho đời bởi họ không và khó chấp nhận những đồng xu lẻ của khách qua đường bố thí cho như người hành khất. Ngoài ra, số còn lại xem đường phố như là nơi họ bắt đầu cho sự nghiệp, nấc thang trên con đường nghệ thuật của mình sau này.

Trong số rất nhiều những nghệ sĩ đường phố ở Adelaide, có không ít tên tuổi đã thành danh. Rất nhiều người trong số họ cũng đang theo học tại các trường đại học. Họ cũng thường góp mặt trong các lễ hội, chương trình biểu diễn nghệ thuật lớn của bang như Adelaide Fringe, vốn là một trong những sự kiện văn hóa lớn và tiêu biểu bậc nhất bang Nam Úc. Tiêu biểu có Geordie Little hay nhóm nhạc với những anh chàng điển trai Pena Flamenca. Geordie Little có biệt danh là "nghệ sĩ đường phố chân đất" (barefoot busker), là một trong những gương mặt khá nổi tiếng và được nhắc đến thường xuyên trên các trang báo địa phương bởi tài nghệ chơi đàn ghita của mình. Anh cũng đã có hẳn một trang web riêng để giao lưu với khán giả hâm mộ (bạn có thể truy cập vào *http://www.geordielittlemusic.com*).

Nếu ngày thường, người ta có thể bắt gặp Geordie ở Rundle Mall thì tại Adelaide Fringe năm nay, anh có hẳn một chương trình biểu diễn trên sân khấu lớn của lễ hội. Geordie kể, ba mẹ anh tuy có thất vọng vì anh không thể tiếp tục theo đuổi ngành toán tại trường đại học nhưng ủng hộ niềm đam mê âm nhạc của con trai. Những lần biểu diễn trên phố, anh thường nhận được đủ loại quà tặng từ bình dân đến cao cấp, có khi là thỏi sô cô la từ một cậu bé, có khi là một chiếc áo đắt tiền, những cô gái hâm mộ anh thường viết vội số điện thoại của mình rồi kèm theo những đồng xu lẻ. Anh luôn trân trọng những tình cảm này và luôn giữ gìn cẩn thận các quà tặng trong một chiếc hộp lớn đặt ở góc phòng. Geordie cho biết thêm, "với tôi, âm nhạc là niềm đam mê lớn nhất, tôi sẽ không ngừng chơi nhạc trên phố, phục vụ mọi người. Thậm chí một ngày kia, nếu tôi may mắn trở thành tay ghita cừ khôi bậc nhất thế giới, tôi vẫn thích được ngồi tại những góc phố Adelaide để biểu diễn". Một lời chia sẻ chân thành đến nỗi tôi không thể có bất cứ ngờ vực nào về sự trung thực của nó. Geordie Little có nhiều dự định, ấp ủ riêng cho bước đường tương lai của mình.

Còn tôi, nếu có ngày mai, khi trở lại chốn này, điều tôi muốn làm trước tiên là tìm thăm những con phố trên Rundle Mall hay Adelaide Port để được đắm mình trong những âm thanh lần nữa. Bởi với những du học sinh như tôi, nó đã trở thành một nơi để hoài niệm, để yêu chứ không chỉ là nhớ.

Adelaide chiều nay... tiếng đàn. Thương nhớ hoài một góc trời!

NỒNG NÀN VANG ÚC
TRÊN ĐỒI ADELAIDE

Nằm không xa trung tâm thành phố Adelaide, thủ phủ bang Nam Úc, chừng khoảng 20 phút lái xe, vùng đồi Adelaide là lựa chọn lý tưởng cho hầu hết khách du lịch, đặc biệt là với những tín đồ của các dòng sản phẩm rượu nho. Không những là điểm hẹn cho những người thích hòa mình vào thiên nhiên, nơi đây còn là điểm đến cho những người thích tìm hiểu, khám phá di tích lịch sử, những ngôi làng cổ đậm phong cách châu Âu ngay tại xứ sở Kangaroo.

Thung lũng rượu vang trứ danh ở Nam Úc

Bang South Australia với thủ phủ là thành phố Adelaide gắn liền với danh tiếng là cái nôi của rượu vang Úc. Thung lũng Barossa (Barossa Valley) cùng nhãn hiệu trứ danh Jacob's Creek đã được công nhận là nơi sản xuất ra các loại rượu thượng hạng vào loại bậc nhất thế giới.

Không thua kém các dòng sản phẩm cùng loại được sản xuất tại Pháp hay một số nước châu Âu khác, có rất nhiều loại rượu vang của Úc được ưa chuộng tại nhiều nơi và xếp vào loại sang, hàng đầu trên thế giới, điển hình như: Jacob's Creek, Penfolds Grange, Yalumba, St Hellett, Elderton và Charles Melton…

Được bao bọc bởi rặng Mount Lofty, về hướng Đông Bắc, du khách sẽ tìm thấy đồi Adelaide yên bình, thơ mộng nhưng không kém phần hấp dẫn, điểm nhấn chính là những cánh đồng nho rộng lớn, bạt ngàn, các nhà máy, và hầm rượu vang. Đây là vùng sản xuất rượu vang rộng lớn và quy mô bậc nhất của nước Úc, nơi dẫn đầu cả nước trong việc sản xuất rượu thủ công với những nét độc đáo, phương thức riêng biệt. Khu vực hội đủ các yếu tố về thời tiết, khí hậu, thổ nhưỡng, địa hình nên rất thuận lợi cho ngành công nghiệp chế biến rượu.

Cũng cần nhắc thêm, do liền kề với ngôi làng cổ Hahndorf, địa phương có đông người Đức di cư sang Úc từ sau chiến tranh thế giới thứ hai, vì vậy, ngành công nghiệp rượu vùng đồi Adelaide ít nhiều phảng phất và mang hơi hướng Đức. Bất kể là với quy mô lớn hay nhỏ, truyền thống hay hiện đại, thì người trồng nho xứ Úc cũng thể hiện quyết tâm cao trong nỗ lực đáp ứng thị hiếu người tiêu dùng, nâng cao nhu cầu về chất lượng và đặc trưng cho các loại rượu với giá cả hợp lý. Chỉ tính riêng khu vực này đã có đến hơn 90 cơ sở sản xuất. Có đến hơn phân nửa trong số này có hầm rượu (cellar doors). Bên trong mỗi cellar door thường có các dịch vụ đi kèm hấp dẫn, miễn phí như: nơi nếm thử rượu các loại, khu trưng bày và bán sản phẩm, các dịch vụ tham quan đi kèm từ vườn nho, quy trình sản xuất, cách nhận biết các loại rượu cùng việc hướng dẫn kết hợp giữa các loại rượu, ly uống và thức ăn sao cho ấn tượng, hợp lý.

Vang trắng, vang đỏ và mô hình sản xuất xanh

Từ nhiều năm qua, ngành công nghiệp rượu vang Úc không chỉ được thế giới biết đến bởi các loại vang trắng, vang đỏ được xếp hạng vào loại bậc nhất, thượng hạng, mà đi kèm là một nền nông nghiệp xanh, bền vững, luôn quan tâm đến vấn đề môi trường.

Những nhà làm rượu, các nông hộ trồng nho được xem là giữ vai trò quan trọng trong việc giữ gìn môi sinh địa phương, gắn với quá trình hướng đến nền nông nghiệp sinh thái, thân thiện với môi trường. Người dân ở đây đều cảm nhận được rằng, nhiệt độ đang gia tăng, kèm theo lượng mưa giảm đã gây không ít khó khăn cho nông nghiệp địa phương. Các nhà làm rượu đã ý thức được việc biến đổi khí hậu theo chiều hướng nắng nóng, ấm dần lên và khô hơn sẽ thay đổi điều kiện phát triển vùng nguyên liệu ở các vùng sản xuất trọng điểm. Nguồn nước tưới, vì vậy, cũng là một yêu cầu cấp bách khi lượng cung cấp chủ yếu từ con sông Murray trải dài từ New South Wales, Victoria, đến Nam Úc cũng thường xuyên thiếu hụt trầm trọng, nhất là vào mùa cao điểm nắng nóng. Do đó, các nhà trồng nho Úc cũng đã bắt tay vào việc cải thiện đất trồng, cắt giảm lượng phân bón, thuốc sâu và hạn chế đến mức thấp nhất việc phụ thuộc vào lượng nước tưới. Song song với đó, những nông hộ này cũng đang thực hiện việc thanh lọc và tái sử dụng nguồn nước thải đồng thời cắt giảm chi phí tiêu thụ năng lượng dùng vào quá trình sản xuất rượu.

Cùng với những nỗ lực không ngừng trong quá trình phát triển sản phẩm, các nhà sản xuất rượu ở đồi Adelaide cũng đã ứng dụng nhiều phương pháp, kỹ thuật mới vào quá trình sản xuất nhằm cắt giảm các khoản chi phí. Ứng dụng công nghệ điện mặt trời SPV (solar photovoltaic array) vào sản xuất cũng đã được triển khai. Theo tính toán, với mỗi cơ sở, ứng dụng mới này có thể cắt giảm được khoảng 22% lượng carbon gây hại cho môi trường, đồng thời giúp tiết kiệm gần 26.000 đô la chi phí phải trang trải cho tiêu thụ điện năng được dùng vào sản xuất mỗi năm. Tín hiệu mừng cho những nhà sản xuất rượu vang ở thung lũng Barossa và đồi Adelaide là họ đã nhận được khoảng tài trợ hơn 90.000 đô la, thông qua quỹ đầu tư vào công nghệ sạch của Chính phủ liên bang, để đầu tư cài đặt các tấm năng lượng mặt trời.

Ngày nay, tiếng tăm của ngành công nghiệp rượu Úc càng được khẳng định trên thị trường. Riêng thung lũng rượu Barossa trên đồi Adelaide đã lọt vào danh sách mười địa điểm gắn với rượu vang nổi tiếng nhất thế giới, theo kết quả khảo sát trên cộng đồng du lịch mạng online, trang Trip Advisor. Nam Úc cũng là địa phương duy nhất của xứ sở Kangaroo nằm trong danh sách vùng sản xuất rượu thượng hạng của thế giới, ngang hàng với những xứ sở rượu nho tiếng tăm khác ở châu Âu như Bordeaux của Pháp hay vùng Tuscany tại Ý.

Nhiều du khách lần đầu đến Úc thắc mắc, họ gặp không ít khó chịu do không hiểu tại sao nơi đây vô cùng khắt khe với việc nhập cảnh vào nước Úc. Cho dù bất kể là ai, thì cũng đừng mong mang bất cứ loại trái cây nào khi nhập cảnh đến đây. Hải quan Nam Úc đặc biệt vô cùng kỹ lưỡng, thận trọng với vấn đề này. Điều đó cũng dễ hiểu, bởi đây là tiểu bang duy nhất ở Úc chưa từng bị ảnh hưởng bởi đợt dịch bệnh do loài ruồi đục trái gây hại cho những cánh đồng nho. Những nhà vườn trồng nho cùng các chủ cơ sở rượu nơi này càng có thâm niên, kinh nghiệm trong vấn đề này, khi các du khách đến tham quan cơ sở tại nông trại của họ. Tuy nhiên, bỏ qua những lưu ý này, du khách sẽ không bỏ công khi được tận hưởng những hương vị ngon, thơm nồng đặc biệt từ những giọt vang được kết tinh bởi đất, trời, nắng gió Adelaide. Bí mật không chỉ nằm trong em vang "chân dài miên man", mà bởi, có nhiều loại rượu ở đây không được phân phối trên thị trường nội địa lẫn quốc tế. Nó chỉ thịnh hành tại đồi Adelaide. Đây là một chiêu thức mà những nhà làm du lịch lẫn các cơ sở sản xuất nghĩ ra, nhằm "móc túi du khách", thu hút nhiều hơn nữa lượng khách đến đây để khám phá hương nồng và trải nghiệm những giọt vang tuyệt vời ở xứ sở chuột túi.

Rõ ràng, lượng khách du lịch, những người yêu thích rượu nho từ khắp nơi trên thế giới đổ về nước Úc, ghé qua Adelaide để chiêm ngưỡng những cánh đồng nho và thưởng thức rượu các loại luôn tăng dần qua các năm.

Một loại nho phổ biến dùng sản xuất rượu vang ở thung lũng Barossa ở Adelaide

Quầy trưng bày của một số cơ sở sản xuất rượu vang nổi tiếng

TẢN MẠN
CHUYỆN NÂNG LY Ở ÚC

Khu vực công cộng có biển cấm uống rượu

Một khu vực công cộng với bảng cấm uống rượu trong khung giờ 9 giờ sáng đến 9 giờ đêm

Tình trạng tiêu thụ bia rượu tại Việt Nam vẫn là câu chuyện thời sự dài. Đặc biệt, mới đây, việc đề xuất cấm bán bia rượu sau 22 giờ đêm được đem ra thảo luận, một lần nữa, lại dấy lên sự quan tâm của dư luận đối với vấn đề vừa nêu.

Việc cấm bán bia rượu vào khung giờ cố định trong ngày đã được thực hiện tại nhiều nước trên thế giới, và nước Úc cũng không ngoại lệ. Bài viết sau đây chia sẻ những điều quan sát được về những trải nghiệm của cá nhân tôi trong khoảng thời gian sinh sống, học tập tại Australia.

Hai năm ở xứ người, khi nhớ lại những trải nghiệm trên những cung đường khác nhau, từ bến xe, công viên, bãi biển, điểm du lịch, tôi chợt nhận ra, Úc có nhiều điều đáng học hỏi, mà lại bắt đầu bằng những tấm biển cấm với ký hiệu "Dry zone", "alcohol – restricted areas", "liquor bans" (với ý nghĩa là cấm bia rượu, đồ uống có cồn).

Trong một chuyến thực tế, đến địa điểm du lịch nổi tiếng ở Adelaide, bang Nam Úc, tôi bắt gặp biển báo: "Dry zone". Ở Úc, không quá khó để người ta bắt gặp những biển báo như vậy tại những nơi công cộng, từ công viên, đến bãi biển, khu vực quanh nhà thờ, trường học... Sau này tôi mới biết, tại những địa điểm ấy, việc tụ tập uống bia rượu hoàn toàn bị cấm. Ai vi phạm sẽ bị phạt rất nặng. Nước Úc, nổi tiếng khắp thế giới với những chai vang trắng, vang đỏ, với những hầm rượu vang nức tiếng. Dù vậy, với những khu vực có ký hiệu trên thì bạn không được phép chén chú chén anh mà chỉ được mua về nhà hoặc tìm nơi nào khác mà uống.

Trong suy nghĩ của người dân Úc, dù là người uống hay không uống rượu thì thật chẳng hay ho gì nếu để trẻ em bắt gặp cảnh chén thù chén tạc, say xỉn, la ó của những người nát rượu, nhất là ở những nơi đông người qua lại. Bởi họ quan niệm, để trẻ em sống lành mạnh, trở thành người tốt thì người lớn trước hết phải làm gương.

Ngày càng có nhiều quyết định ban hành lệnh cấm uống rượu ở các nơi công cộng và phạm vi của nó cũng được cơi nới thêm ra. Điều này, bắt nguồn từ mong muốn của người dân địa phương trong việc kiềm chế tội phạm và bạo lực phát sinh mà nguyên nhân chủ yếu từ rượu bia, vốn là một vấn đề rất được quan tâm ở Úc.

Giống như nhiều nước tiến bộ khác, luật lệ về cách tiêu thụ bia tại Úc quy định rất rõ ràng. Những nhà hàng, nơi được phép kinh doanh bia rượu hợp pháp thì phía trước lối vào thường có treo tấm bảng: "full service liquor license" (chứng nhận đủ điều kiện kinh doanh đồ uống có cồn) như là một dấu hiệu để khách tin tưởng, an tâm khi chọn nhà hàng ấy. Rõ ràng, những người làm luật ở Úc hết sức xem trọng và thắt chặt việc mua bán bia rượu. Các quán bar, quầy rượu và nhà hàng có giấy phép kinh doanh bia rượu thì nhân viên nơi đó bắt buộc phải đậu kỳ kiểm tra chứng chỉ RSA(Responsible Service of Alcohol – Trách nhiệm trong việc phục vụ cho khách). Với những ai đã có chứng chỉ RSA, thì việc tiếp tục tìm hiểu, học để cập nhật bằng cấp mới cũng thường xuyên được thực hiện, bởi đạo luật Liquor Act ở nước này liên tục được bổ sung, sửa đổi. Chị gái của một người bạn tôi kể, khi chị đi làm trong nhà hàng, với những khách hàng dù "ngà ngà" hay "quắc cần câu" thì chị có trách nhiệm giữ lấy chìa khóa xe của họ, gọi taxi chở về tận nhà. Lý giải việc làm này, chị cho biết, ở Úc, người đã uống rượu say mà cầm vô lăng trên đường là vô cùng nguy hiểm, được xếp vào loại tội phạm hình sự (criminal). Cũng tại quốc gia này, việc say rượu khi lái xe và gây tai nạn là một sự "khủng khiếp". Với những quan sát của mình, tôi dám khẳng định, cảnh sát ở Úc cực kỳ nghiêm túc và đầy lòng tự trọng, nếu ai lỡ say rượu rồi lái xe mà bị các bác này hỏi thăm sẽ là một rắc rối to, bởi không bao giờ có chuyện dấm dúi đưa tiền hoặc nhờ ai đó can thiệp để cho qua.

Những người làm trong quán rượu, do đã học qua, có bằng cấp, chứng chỉ nên ai cũng đầy kinh nghiệm trong việc nhận biết ngưỡng say của khách hàng. Vì vậy, khi biết các thượng đế đã "tu" đến ngưỡng quy định, người ta tuyệt đối không bán thêm nữa. Một khi cảnh sát phát hiện, chủ cửa hàng có thể nhận mức phạt lên đến 11.000 đô la. Rõ ràng, các cửa hàng kinh doanh, ngoài việc tuân thủ nghiêm ngặt quy định của pháp luật, còn cho thấy một bài học đạo đức đáng quan tâm: họ không vì lợi ích cho riêng mình mà quên đi lợi ích của cộng đồng. Tất cả những hành động trên chỉ hướng đến mục đích cuối cùng là mang lại sự an toàn cho xã hội.

Các địa phương, các bang khác nhau ở Úc cũng có những quy định riêng về quản lý bia rượu. Riêng tại tiểu bang South Australia, nhiều nhà hàng, quán ăn thường đóng cửa lúc 9 giờ tối, những ngày cuối tuần thì thường muộn hơn một chút. Dù vậy, có quán thì đóng cửa luôn ngày cuối tuần để nghỉ ngơi, du lịch. Riêng các quầy rượu take away (bán cho khách mang đi) thì cứ 10 giờ đêm là ngừng kinh doanh. Còn tại Sydney thuộc bang New South Wales, các quán bar, pub mở cửa thoải mái, nhưng đến 2 giờ sáng thì không phục vụ đồ uống có cồn cho khách nữa. Vì vậy, thời gian đó, người ta chỉ có thể tám chuyện hoặc nhảy nhót chứ không uống rượu.

Ở Úc, rượu bia được sử dụng cũng khá phổ biến, như là một cách để giảm bớt căng thẳng trong cuộc sống. Tuy nhiên, tại các cuộc gặp gỡ, tiệc tùng hay những ngày lễ, Giáng sinh chẳng hạn, việc từ chối uống rượu bia là chuyện hết sức bình thường, chẳng ai ép uống. Trong gia đình, nhiều người Úc vẫn giữ thói quen uống một ly vang trước mỗi bữa ăn, như là một cách giúp hệ tiêu hóa hoạt động tốt hơn, hoặc để dễ chìm sâu vào giấc ngủ, giúp họ khỏe mạnh.

Cũng xin chia sẻ thêm, bản thân tôi không phải là kẻ ưa rượu, bia. Nhưng, văn hóa rượu ở Úc, dưới con mắt phàm tục của một cá nhân dị ứng thức uống có cồn theo cả nghĩa bóng lẫn nghĩa đen như tôi thì văn hóa thưởng lãm rượu vang xứ này mang phong cách lịch thiệp, thư thái. Dù ai uống ít uống nhiều, đã nâng cốc vang thì đều toát vẻ nhẹ nhàng, thanh thoát. Nhiều người bạn của tôi cũng thừa nhận rằng, một khi đã nâng cốc vang, họ tức thì sẽ biết tự điều chỉnh phong cách uống của mình khác với văn hóa rượu Đế, bia hơi trong những không gian ồn ào, đầy hơi men.

Khi đọc đến đây, có lẽ, hình ảnh những hàng quán nhậu, người nhậu la liệt trên đường, từ cao cấp đến bình dân ở Việt Nam đang dần hiện lên trong đầu chúng ta và làm cho bất cứ ai cũng phải suy ngẫm.

Trở lại câu chuyện rượu bia ở Úc, cá nhân tôi đặc biệt ấn tượng với thái độ của cộng đồng, của Chính phủ Úc trong vấn đề quản lý, tiêu thụ bia rượu.

Bởi ở đó, người ta quan niệm, tai nạn do rượu, bia, nguy cơ do nhậu nhẹt đều có thể ngăn chặn và phòng chống được hết, miễn là phải bám sát và ban hành luật chặt chẽ, đảm bảo tính khả thi và sự nghiêm minh, pháp luật được áp dụng cho tất cả mọi người mà không có sự ngoại lệ nào.

TASMANIA,
ẤN TƯỢNG MỘT LẦN ĐẾN

Cô Jeans trong khu vườn xanh của mình tại đảo Tasmania

Con đường dẫn vào khu rừng, nơi nhà hoạt động vì môi trường nổi tiếng của Úc, Miranda Gibson từng sinh sống

Một thảm xanh trước sân nhà của một hộ gia đình ở Tasmania

Khu di tích trại giam Port Arthur, nơi bắt đầu lịch sử nước Úc hôm nay

Tác giả chụp ảnh cùng người dẫn chương trình thời sự nổi tiếng của ABC Tasmania

Những ai đã từng khám phá Tasmania (hay Tassie) đều biết rằng, nơi đây nằm tách biệt khỏi lục địa Úc bởi eo biển Bass và là tiểu bang nhỏ nhất ở quốc gia này. Nhưng có lẽ, nhiều quý vị đọc đến đây phải mở bản đồ xem xứ này nằm ở đâu. Một lần đặt chân đến đảo xa Tasmania, hòn đảo xinh đẹp của nước Úc, những gì gọi là đặc trưng nhất của "hòn đảo hình trái tim" đã làm tôi "phát nghiền". Nơi đây có đầy đủ những món quà tuyệt vời nhất mà thiên nhiên ban tặng: biển đẹp, công viên, vườn quốc gia nguyên sinh rộng lớn, không gian quá đỗi yên bình, môi trường an toàn, trong sạch và ý thức bảo vệ môi trường được ghi nhận vào loại bậc nhất thế giới.

Đến làm khách một gia đình

Những câu chuyện của đôi vợ chồng vừa về hưu, ông bà Jeans và Creg, ở thị trấn Maydena đã phần nào giúp tôi hình dung về cuộc sống ở xứ đảo này, dù chỉ mới một ngày có mặt tại nơi đây. Bỏ qua trung tâm thành phố Hobart hay Laucentor, thì những con phố, đường làng ít người đi, những vùng quê yên ả thanh bình đã vẽ nên một lối sống chậm và quá đỗi chan hòa với thiên nhiên của người dân trên đảo. Cũng dễ hiểu thôi, ở đảo xa Tasmania, mật độ dân số chưa tới 8 người/km^2 và con số này tiếp tục có chiều hướng sụt giảm dần.

Đến thăm đảo lần đầu, tôi khá ngạc nhiên trước cơ ngơi đầy mảng xanh của ông bà. Trước hết là bởi không gian bài trí và cách họ sống cực kỳ chan hòa cùng thiên nhiên. Một khoảng vườn đủ rộng để trồng cây ăn trái, hoa kiểng và cả nguồn rau xanh phục vụ nhu cầu hằng ngày. Ấn tượng nhất với tôi là những cây lê, cây táo bà trồng khuất xa xa, chỉ để dành riêng cho… chim ăn. Bà Jeans tiếp tục câu chuyện về sở thích trồng hoa của mình, nhưng không phải là một kiểu làm vườn hiện đại.

Thay vào đó, bà muốn chúng trông tự nhiên, có chút hoang sơ và không bị tác động nhiều bởi bàn tay con người. Qua cái cách họ say sưa luận về thiên nhiên, về khu vườn nhỏ, về phương pháp để giữ cây xanh tránh khỏi sự phá phách của các loài chồn, thỏ và những loài thú khác, tôi như cảm nhận được tình yêu sâu đậm lối sống gần gũi với thiên nhiên của cư dân quanh vùng.

Ông bà tiếp tục câu chuyện cùng tôi với niềm tự hào về chất lượng nguồn nước trong sạch như cất mà họ đang sử dụng, được dẫn bằng ống xuống từ triền núi, nằm cách mảnh vườn sau không xa, dùng để sinh hoạt, nấu nướng và để uống. Tất cả là nguồn nước thiên nhiên. Không bị tác động nhiều bởi bàn tay con người, nên nguồn tài nguyên nước nơi đây dường như vẫn chưa bị "khai mạch". Hầu như tất cả các dòng sông, khe suối ở Tasmania có tiếng là sạch sẽ tinh khiết vào loại bậc nhất thế giới. Câu chuyện về nguồn nước sạch ở Tasmania, vì vậy, như là một câu chuyện dài đầy thú vị mà tôi được trải nghiệm.

Tiếp sau những giờ phút đầy thú vị dạo quanh vườn nhà bà Jeans, tôi còn được cùng bà vào rừng hái lượm những trái thông (pine cones) để về sưởi ấm giữa thời điểm mùa hè nước Úc! Tasmania được xem là bang có khí hậu lạnh nhất của Úc. Quanh vùng Maydena, hay New Norfolk, người ta thường dùng trái thông để mồi lửa châm vào lò sưởi do dễ bắt nhiệt. Một ngạc nhiên nữa không kém phần thú vị là được tận mắt thấy tuyết trắng ở Tasmania giữa mùa hè nắng đốt. Chuyến thăm Tasmania lần đầu của tôi cũng chất chứa bao kỷ niệm về những lần được tự tay chặt củi, đi nhặt hạt dẻ, hạt thông cùng nhiều loại hạt đặc trưng xứ đảo.

Nhẹ tênh trên những bước chân

An toàn và quá đỗi bình yên có lẽ là cảm giác đầu tiên và chung nhất với du khách đến đây. Những ngôi nhà xinh xắn tọa lạc tại những nơi yên bình và cách xa nhau là địa điểm lý tưởng để bạn chạy trốn khỏi cuộc sống tất bật, bất kể khi nào bạn muốn. Đẹp và bình yên như một miền cổ tích. Như cả một bức tranh. Đến Tasmania vào bất kỳ thời điểm nào trong năm, du khách cũng sẽ được đắm mình trong thế giới của những loài hoa. Những con đường đầy hoa dại. Những khu nhà, công viên, trường học ngập đầy sắc hồng lúc xuân sang. Vác chiếc ba lô và đặt những bước chân thật khẽ và nhẹ tênh trên những lối đi ấy, tôi thấy lòng quá đỗi yên bình.

Những cánh đồng hoa oải hương ở Đông Bắc Tasmania hay lễ hội hoa *"Tulips at Twilight cocktail party"* từ lâu đã trở thành những sự kiện thu hút đông đảo khách du lịch đến tham quan hằng năm. Xứ sở của hoa oải hương nước Úc vùng Bridestowe với diện tích trên 250ha được cả thế giới biết đến, dần khẳng định được vị thế của mình. Dù chưa phổ biến như Florence (Pháp) nhưng những cánh đồng hoa tím ngát, bạt ngàn ở Tasmania là nơi trồng và sản xuất hoa này nhiều nhất trên thế giới hiện nay.

Khu chợ phiên ở Hobart vào mỗi cuối tuần cũng bày bán rất nhiều mặt hàng gắn với hoa oải hương: từ tinh dầu, nước hoa, xà phòng và đặc biệt là những chú gấu tím tím, như là một biểu tượng về quà lưu niệm từ những cánh đồng hoa ở Tasmania.

Bước về phía màu xanh

Trong những ngày lưu lại Tasmania, tôi có dịp xem qua các bản tin thời sự địa phương, liên tục cập nhật về hoạt động của Đảng Xanh (Green Party). "Tasmania Đoàn Kết" - tổ chức tiền thân của Đảng xanh được ra đời tại đảo này. Điều đó cho thấy vấn đề môi trường là một trong những mối quan tâm hàng đầu của người dân và chính quyền nơi đây.

Đã đến Tasmania, lữ khách dường như không thể không nhắc đến lối sống xanh cũng như việc ủng hộ các phong trào môi trường. Hết mê mẩn vì núi, hồ, rừng quốc gia, những cánh đồng hoa, tôi lại càng ngạc nhiên khi nhìn thấy kèm theo những biển số phía sau mỗi chiếc xe hơi là khẩu hiệu: "Your nature state" (Bang tự nhiên). Điều này cho thấy, tầm quan trọng trong việc nâng cao và bảo vệ lối sống xanh tại đây luôn được chú trọng. Ẩn chứa trong câu khẩu hiệu đó, còn là cả niềm tự hào của những người dân Tasmania. Những sáng kiến xanh cũng dễ dàng bắt gặp ở khắp mọi nơi, ví dụ như những thùng chứa rác tái chế được đặt ở những nơi trang trọng tại các điểm tham quan, du lịch.

Nhằm cổ vũ và nâng cao ý thức về môi trường trong cộng đồng dân cư và nhất là du khách, người ta còn cho in những câu slogan, khẩu hiệu mang tính kêu gọi vì một môi trường xanh vào áo, nón, hay túi xách được bày bán tại các khu mua sắm, cửa hàng.

Không chỉ ở Tasmania, mà nhiều nơi tại Úc, khi nói đến tuyên ngôn hành động để bảo vệ môi trường, người ta vẫn nhắc đến một cô gái trẻ. Hai năm trước, Miranda Gibson, người con của Tasmania đã cố thủ trên một cây cổ thụ cao hơn 60m trong 451 ngày để thể hiện quyết tâm bằng mọi giá phải bảo vệ được những cánh rừng nguyên sinh. Sự kiện này đã thu hút sự chú ý của hầu hết các hãng thông tấn, tin tức lớn trên thế giới, và tất nhiên có cả dư luận ở Úc, mà đặc biệt là người dân Tasmania. Miranda Gibson hiện là người đạt kỷ lục sống trên cây trong thời gian dài nhất ở Úc. Ngoài việc cứu được khu rừng không bị đốn hạ, hiện nay, nhà hoạt động môi trường này vẫn tiếp tục công việc của mình, cứu những cánh rừng và ra sức bảo tồn các giá trị của thiên nhiên tại đây. Miranda Gibson và những cộng sự cũng đã gây dựng trang cá nhân tại *http://observertree.org/* nhằm giới thiệu rộng rãi đến mọi người, qua đó, kêu gọi chung tay để cùng bảo vệ những cánh rừng. Dẫu đã hơn hai năm trôi qua, con đường dẫn vào "cái tổ trên cây" nơi Miranda Gibson trú ngụ cũng đã được đóng cửa chốt chặn nhưng câu chuyện này vẫn còn có sức lan tỏa đến các nhà hoạt động môi trường và cộng đồng ở Úc.

Nhiều người vẫn nói, với Tasmania, một khi đã tới, bạn gần như không muốn rời đi.

Giữa những ngày hè nóng nực oi ả của Việt Nam, dù là Sài Gòn hay Hà Nội, chỉ cần nghĩ đến Tasmania yên bình là khó chịu của tôi sẽ qua đi.

9

KHÁM PHÁ BỆNH VIỆN DƠI TOLGA VÀ LÀNG NGHỈ HƯU CỦA QUỶ TASMANIA

Loài quỷ Tasmania tại khu làng nghỉ hưu của chúng thuộc khu bảo tồn Bonrong, bang Tasmania

Nội dung thông báo đường chạy của quỷ, khu vực dành riêng cho những chú quỷ già

Đất nước Australia có nhiều điều hấp dẫn du khách khắp thế giới. Một trong những điều kỳ diệu, lạ lẫm của xứ sở chuột túi có lẽ cần kể đến những bệnh viện đặc biệt, gây tò mò cho du khách. Bạn đã bao giờ nghe nhắc đến bệnh viện dành cho dơi cùng làng nghỉ hưu dành cho những chú quỷ (devil) hay chưa? Du khách sẽ có những trải nghiệm đáng nhớ cùng thú vị bất ngờ nếu có dịp đến thăm những nơi này tại tiểu bang Queensland và Tasmania.

Khám phá Bệnh viện dơi Tolga

Trong chuyến du lịch đến bang Queensland của chúng tôi, cái tên Atherton gợi lên nhiều tò mò. Một người bạn của tôi cho biết: "Nếu bạn nghĩ dơi đơn thuần là loài thích treo ngược thân mình lên cây, với thân hình đen đúa, xấu xí và không ai cần đến thì nên tới thăm Tolga Bat Hospital (Bệnh viện dơi Tolga), ở Atherton". Ở nơi đây, khách tham quan có thể được chứng kiến cảnh tượng vô cùng lạ mắt, đáng yêu: những chú dơi con được quấn trong chăn ấm, được cho uống sữa. Không chỉ có vậy, chúng còn được ẵm, bồng, rồi say sưa ngậm ti giả trong vòng tay ấm của những cán bộ phụ trách, tạo nên hình ảnh đáng yêu vô cùng, hứa hẹn mang đến những giây phút thú vị.

Những "bệnh nhân" đặc biệt khác, được các bác sĩ, nhân viên thú y tận tình chăm sóc, cho ăn uống, nghỉ dưỡng, tập các bài trị liệu, cho đến khi phục hồi sức khỏe hoàn toàn. Nơi đây cũng kiêm luôn việc cung cấp dịch vụ chăm sóc y tế cho những con dơi bị bỏ rơi, mồ côi mẹ, bị bệnh, không may chấn thương vì nhiều lý do khác nhau.

Tại Bệnh viện dơi Tolga, bên cạnh trạm xá nhỏ có trang bị máy lạnh được xây dựng vào năm 1998, một loạt những hạng mục, công trình khác cũng được xây dựng theo quy chuẩn khoa học và hiện đại để phục vụ cho các "bệnh nhân dơi". Các hạng mục được phân khu rõ ràng như: khu lồng rộng để dơi bay, khu bay nội bộ quy mô nhỏ, nhà lưới, mái che, khu vực phục vụ khách tham quan.

Một trong những mục tiêu quan trọng khác của Bệnh viện dơi Tolga là giúp nâng cao nhận thức của cộng đồng về bảo tồn dơi. Hay tìm kiếm, thiết lập đối tác, mối quan hệ, thiết lập mạng lưới để quảng bá giới thiệu rộng rãi hoạt động của bệnh viện đến với nhiều người. Ngoài ra, nơi đây còn triển khai thực hiện các hoạt động bảo vệ môi trường, tạo nơi trú ngụ dành cho dơi cùng nhiều sinh vật khác. Không chỉ dừng lại ở đó, bệnh viện dơi này cũng triển khai những dự án nghiên cứu chuyên sâu về đa dạng sinh học, hệ sinh thái.

Thông tin thêm về Bệnh viện dơi Tolga, xin tham khảo tại trang web của bệnh viện, tại địa chỉ: *http://www.tolgabathospital.org/about_home.htm*

Làng nghỉ hưu cho những con quỷ già Tasmania

Công viên hoang dã nổi tiếng Bonorong (bang Tasmania) có nhiều điều đặc biệt đang chờ đợi du khách đến khám phá. Nơi này hấp dẫn nhiều người bởi một hạng mục đặc biệt: "Khu làng nghỉ dưỡng của những con quỷ già". Rất nhiều người khi đã đến đây sẽ không dễ quên khi chiêm ngưỡng nơi "về hưu, an dưỡng" của một loài động vật với bề ngoài không mấy bắt mắt, tương tự như gấu. Chúng được gọi là "quỷ Tasmania", với tính khí bộp chộp, nóng nảy. Đây cũng là loài được chọn làm biểu tượng đặc trưng của bang Tasmania: quỷ Tasmania (hay Tasmanian devil).

Chìm trong bóng mát của những tán cây xanh rì, không có tiếng xe cộ, khói bụi ồn ào, tôi cảm nhận được, dù là công viên bảo tồn, nơi trú ngụ của những con vật mang màu sắc khác hẳn. Du khách tới đây cũng đang sống bằng thứ cảm xúc chậm chạp, tĩnh lặng và không muốn phá vỡ không gian yên bình, sợ phá vỡ "giấc ngủ trưa" hay "giờ ngơi nghỉ" của những con quỷ già nếu lướt ngang khu đất này. Những bước chân khẽ khàng của du khách lẫn nhân viên sở thú tạo nên một cảm giác yên bình tĩnh lặng để những con quỷ già này có thể yên tâm ngơi nghỉ.

Loài quỷ Tasmania tại khu làng nghỉ hưu của chúng, thuộc khu bảo tồn Bonorong, bang Tasmania. Giải thích thêm về nơi gọi là "làng nghỉ hưu của quỷ", các nhân viên vườn thú Bonorong cho biết: "Đây là những con đã quá lứa tuổi sinh sản. Nếu bây giờ chúng được đưa ra ngoài tầm chăm sóc, kiểm soát của chúng tôi, có thể chúng sẽ phải đối mặt với nguy cơ mắc ung thư, những khối u ác tính trên mặt, có thể dẫn đến tử vong". Nếu không may nhiễm bệnh, chúng có thể chết chỉ trong vòng 3-6 tháng, làm cho số lượng động vật này ngày một ít đi. "Chúng tôi tin khu làng nghỉ hưu là nơi lý tưởng dành cho những con quỷ Tasmania, giúp chúng có một nơi tử tế để sống mà không bị quấy rầy", một nhân viên vườn thú tại đây giải thích.

Cũng cần nói thêm, các nhà khoa học cho rằng, chứng bệnh nổi khối u trên mặt ở loài quỷ Tasmania xuất hiện từ năm 1996 và đây là nguyên nhân gây sụt giảm số lượng của loài thú này trong môi trường hoang dã.

Làng nghỉ hưu đặc biệt ở khu bảo tồn Bonorong cách không xa thủ phủ Hobart, tiểu bang Tasmania.

Khách du lịch đến Úc, nếu còn do dự chưa biết nên đi đâu, thì đây được xem là một gợi ý không tệ.

Riêng tôi, sau những lần đến bệnh viện dành cho dơi, rồi sau lần thăm làng nghỉ hưu dành cho loài quỷ Tasmania, tôi đã không khỏi bâng khuâng suy nghĩ, vì nhiều lý do.

Khi có cơ hội, tôi muốn trở lại lần nữa. Hẹn sẽ đến đó một lần nữa trong đời khi có dịp.

Bạn có thể tìm thêm thông tin về quỷ Tasmania đồng thời chung tay bảo vệ loài động vật quý hiếm này tại đây:

http://www.tassiedevil.com.au/tasdevil.nsf/.

NIỀM RIÊNG
VỚI NHỮNG HÀNG RÀO XINH
NƯỚC ÚC

Một hàng rào đầy hoa tại bang Tasmania Úc

Hàng rào xinh màu trắng tinh

Cổng vào một ngôi nhà đẹp

Hàng rào ngập sắc hoa hồng

Người ta thường quen với một Australia xinh đẹp hiền hòa, quê hương của những chú chuột túi, là xứ sở của nhà hát con sò kiêu hãnh bên bờ cảng, cùng những trang trại bạt ngàn, bất tận. Nhưng chẳng mấy ai biết một nước Úc khác, những điều khác giản đơn hơn nhiều. Với tôi, đó không phải là những tòa nhà chọc trời, hiện đại, bãi biển dài đầy nắng gió hay vườn nho ngút tầm mắt. Trong tôi, ấn tượng sâu đậm, đẹp đẽ về một nước Úc là những dãy hàng rào bé xinh nhưng đẹp lạ thường và có sức hút, quyến rũ đến kỳ lạ.

Tôi muốn nhắc đến những dãy hàng rào xinh xinh, bởi lâu lắm rồi, tôi mới có dịp gặp lại chúng qua một tấm bưu thiếp được gia đình người bạn gửi về Việt Nam tặng cho tôi. Bởi họ biết tôi mê mẩn với những hàng rào sơn trắng, bên cạnh những hàng hoa hồng rực sắc trước hiên nhà ở những vùng đất mà tôi có dịp đặt chân đến. Dù thành thị hay làng quê xa, tôi luôn bắt gặp những dãy hàng rào đó. Mà kỳ lạ thay, hàng rào xứ này với công dụng hoàn toàn khác hẳn ở Việt Nam. Thông thường, công dụng chủ yếu của hàng rào là phương tiện để rào chắn, bảo vệ vùng đất hoặc nhà cửa khỏi sự xâm phạm của những tên trộm hoặc những kẻ không tử tế. Còn ở Úc, nó còn có một công dụng khác là để trang trí, làm đẹp trước hiên nhà. Bất cứ bang nào của Úc, kể cả những khu đô thị lớn, thành phố sầm uất bậc nhất cũng sẽ không có những hình ảnh hàng dây thép gai sắc nhọn, hoặc bức tường bê tông thô kệch, cứng nhắc và ngột ngạt như người ta vẫn tưởng. Người ta bắt gặp những bông hoa ngập tràn hương sắc với đủ các loại nơi hàng rào. Hàng rào bằng hoa hồng tỉ muội. Hàng rào bằng những bệt lá đơn sơ. Rồi cả những hàng rào thấp ngang đầu gối, được điểm tô màu trắng, đặt cạnh những giàn hoa hồng hoa ly đầy màu sắc.

Với nhiều thế hệ du học sinh Việt Nam, ngay khi vừa đặt chân đến nước Úc, ấn tượng đầu tiên làm chúng tôi thích thú trên đường từ sân bay về nhà chính là nhà cửa ở Úc tuyệt nhiên không có tường bao, cũng như cổng chính bít bùng, ngột ngạt.

Nhớ về nước Úc, tôi chợt nghĩ về những hàng rào là một bức tường đá, mang âm hưởng thời trung cổ, nơi tôi thường ngồi để đợi chuyến xe buýt chạy từ trung tâm thành phố lên núi cho tiết học đầu tiên. Những hàng rào gỗ mộc mạc ở vùng đảo Tasmania, một bang riêng biệt của Úc, được điểm tô bởi những bông hoa agapanthus tim tím (một loại hoa được trồng phổ biến trong các khu vườn ở Úc). Có khi là những sắc hồng nền nã. Cạnh hàng rào là những chiếc chuồng chim nhỏ, rồi khay để nước cho chim đến uống trong những ngày nóng, rồi thùng thư với những kích thước, màu sắc rất đặc biệt, được đặt cạnh đó tạo nên một nét chấm phá xinh đẹp mà bạn bè tôi thường bảo là "rất Úc", không lẫn vào đâu được. Thỉnh thoảng, tôi đi qua một ngôi nhà nhỏ, rồi dừng lại, ngắm nghía, xuýt xoa trước vẻ đẹp của những chậu hoa lạ cùng những thiết kế bắt mắt của gia chủ để làm đẹp thêm cho cổng rào nhà mình. Và rồi, tôi bắt đầu mơ tưởng đến căn nhà xinh của riêng mình, khi một ngày nào đó có điều kiện, tôi cũng muốn mình sở hữu được căn nhà có hàng rào hoa đẹp đến nao lòng như vậy. Nhìn những hàng rào đơn sơ nước Úc, tôi cũng đã kịp nghĩ ngay đến những liên tưởng thú vị ở quê mình, nơi cũng có những hàng rào hoa sao, dâm bụt trước hàng hiên. Rồi cả cái không gian sông nước đặc trưng miền Tây Nam Bộ, nơi thắm đượm cái nghĩa, cái tình và sự sẻ chia tình làng nghĩa xóm, tối lửa tắt đèn có nhau. Bởi ở đó không có cảnh hàng rào thép gai hai, ba lớp như Sài Gòn, nơi tôi đang sống, mà chỉ là những hàng rào bằng thanh gỗ dừa đơn sơ, hoặc vài cây tre được ghép tạm bợ, sơ sài.

Những điều giản đơn khác làm nên văn hóa Úc thông qua dãy hàng rào mà tôi muốn chia sẻ đó là hàng rào xung quanh bể bơi. Các bạn có bao giờ thắc mắc, tại sao bất cứ hồ bơi nào cũng được rào chắn cẩn thận xung quanh không? Người Úc, hầu hết đều rất thạo môn thể thao dưới nước này. Trẻ em thường được học bơi từ rất sớm, có khi vài tháng tuổi đã được "quăng" xuống nước cho quen dần rồi. Bơi lội cũng là một môn học bắt buộc ở bậc tiểu học. Thường mỗi khu dân cư đều có bể bơi công cộng để cư dân địa phương có thể tụ tập, nhất là vào mùa hè, khi mà nhiệt độ bên ngoài lên đến 42°C. Ngoài ra, ở Úc, có rất nhiều hộ gia đình có bể bơi riêng. Một lần đến chơi ở nhà cô bạn cùng lớp, nhìn hàng rào xung quanh được đầu tư thiết kế chắc chắn, tôi mới biết điều này đã được ban hành thành luật hẳn hoi ở Úc. Bạn tôi kể, trước đó, có một số tai nạn đáng tiếc xảy ra do trẻ con té xuống hồ rồi đuối nước tại nhà riêng. Ngay lập tức, đạo luật về xây dựng hàng rào chắn cao từ 1,2 m trở lên bao quanh hồ bơi được ban hành. Với những hộ gia đình mà con cái sống xa, chỉ có vợ chồng già ở, không có bóng dáng trẻ con cũng phải làm hàng rào quanh bể bơi theo luật quy định. Lý giải được đưa ra là không loại trừ trẻ con hàng xóm sang chơi và hồ bơi không có hàng rào bao quanh là một mối nguy hiểm có thể đe dọa đến tính mạng của trẻ. Điều mọi người thích nhất ở đây là thái độ của Chính phủ Úc, minh bạch rõ ràng và các chế tài của pháp luật được áp dụng cho tất cả mọi người, bởi ai cũng bình đẳng như nhau trước pháp luật. Hơn thế nữa, nó còn cho thấy sự quan tâm đến tính mạng con người, mà nhất là trẻ em, bởi chỉ sơ sẩy một chút có thể khiến con em họ mang tật suốt đời, thậm chí là mất mạng.

Những ngày đầu năm 2015, tại Việt Nam, tin tức về tai nạn đáng tiếc xảy đến với một cháu bé bị gấu cắn mất đôi bàn tay, khi sang chơi gia đình nhà hàng xóm, được đăng tải trên nhiều tờ báo. Phía dưới những câu bình luận, ngoài sự sẻ chia, thương cảm, người ta còn thấy rõ mồn một những lời trách móc, rằng một bất cẩn của người lớn mà trẻ em phải gánh chịu. Người ta rủ lòng thương đến cháu và nặng lời trách móc cha mẹ, chỉ ra những sai lầm của người lớn đã mang đến nỗi bất hạnh suốt cả cuộc đời còn lại của em. Tôi nghĩ, trong hoàn cảnh đó, giá như có một hàng rào kiên cố, chắc chắn được xây lên, có lẽ sự việc không tồi tệ như hiện thực.

Có những điều giản đơn làm nên văn hóa Úc, đôi khi, chỉ là câu chuyện về những dãy hàng rào, nhưng lại là điều đáng để chúng ta suy ngẫm và hoài niệm.

CÂU CHUYỆN NƯỚC ÚC
VÀ NHỮNG CHÚ NGỰA

Cảnh sát Úc đi tuần tra trên lưng những chú ngựa

Dạo quanh Melbourne trên xe ngựa

Từ lâu, lễ hội đua ngựa mùa xuân, diễn ra vào tháng 11 hằng năm ở thành phố Melbourne, Úc, đã có sức hút mãnh liệt đối với cư dân địa phương lẫn du khách quốc tế. Tuy nhiên, vào bất cứ thời điểm nào trong năm, các du khách có dịp đến đây và khi kết thúc tour du lịch đến Úc của mình, cũng không quên bỏ qua cơ hội khám phá một vòng thành phố trên những cỗ xe ngựa, một phương tiện di chuyển tưởng chừng đã đi vào dĩ vãng nhưng vẫn còn hiện hữu ở nơi này. Hình ảnh những chiếc xe ngựa, những âm thanh lốc cốc trên phố phường Melbourne cũng góp phần tạo cho nơi đây một nét riêng biệt.

Mùa đông năm ấy, tôi có dịp đến Melbourne. Trong một lần dạo ngang nhà ga Flinders, tôi ngạc nhiên khi bắt gặp những chiếc xe ngựa đang chờ khách phía đầu đường Swanton, con đường sầm uất bậc nhất ở Melbourne. Những cỗ xe khá cầu kỳ, bắt mắt, có gắn thêm những vật trang trí đầy màu sắc. Thêm chút ngờ ngợ thoáng qua, tôi được biết thêm, cho dù bị phản đối và từng có lời kêu gọi ra lệnh cấm, nhưng anh chàng phụ trách cỗ xe nói với nhóm chúng tôi rằng, trong nhiều chục năm qua, các sự cố trong toàn bộ ngành dịch vụ của họ chỉ là trên đầu ngón tay. Ông cũng hồ hởi tiếp lời, nhân viên hầu hết đều được đào tạo tốt, huấn luyện kỹ và đều có ý thức phục vụ an toàn tuyệt đối cho du khách lẫn người tham gia giao thông trên đường.

Câu hỏi đặt ra ở đây, những cỗ xe ngựa có lạc hậu không trong một thành phố hiện đại bậc nhất nước Úc như Melbourne? Vài người dân Melbourne mà tôi có dịp tiếp xúc đã chia sẻ rằng, cho đến hôm nay, xe ngựa vẫn tồn tại có nghĩa là những người dân địa phương vẫn muốn duy trì và lưu giữ những hình ảnh này. Những sự cố do xe ngựa gây nên ở đây là rất hiếm và không đáng kể so với giá trị kinh tế mà dịch vụ này mang lại. Với nhiều người trong số họ, xe ngựa ở đây không đơn thuần là phương tiện di chuyển trên đường mà đó còn là một nét văn hóa, một phần bản sắc không thể thiếu, mang tính đặc trưng cho vùng đất này. Đến với Melbourne là đến với trải nghiệm trên lưng ngựa. Dạo qua những con đường hào nhoáng, sang trọng với đầy ắp những cửa hiệu trên những cỗ xe ngựa thực sự sẽ làm cho du khách chẳng muốn ra về. Xen lẫn trong âm thanh sôi động của thành phố là tiếng vó ngựa khua lốp cốp trên đường, đồng hành cùng các loại xe ô tô đời mới trên phố. Được ngồi trên phương tiện tưởng chỉ còn trong ký ức, ung dung thưởng ngoạn cảnh phố phường, chắc hẳn sẽ là những trải nghiệm khó quên khi du khách cứ ngỡ như vừa lạc vào thế giới xa xưa của Melbourne cổ kính. Quả thật, được ngồi trên xe ngựa, đắm mình trong cảnh thành phố, nghe tiếng túc tắc, lộp cộp thong thả của tiếng móng ngựa gõ xuống mặt đường chắc chắn sẽ là một trải nghiệm tuyệt vời khi bạn đến với nơi đây.

Cảnh sát đi tuần trên lưng ngựa

Câu chuyện về những chú ngựa ở nước Úc chưa dừng lại ở đó. Những sinh viên Việt Nam khi mới sang Úc du học đã từng thắc mắc rằng, thế kỷ 21 rồi, nhưng tại sao cảnh sát Úc vẫn dùng ngựa đi tuần tra. Ở Melbourne lẫn Adelaide, chúng tôi đã không còn xa lạ với hình ảnh đội cảnh sát đêm đêm tuần tra trên lưng ngựa. Ngựa đã phát huy tác dụng, giúp ích rất nhiều cho lực lượng cảnh sát, nhất là trong những ngõ nhỏ, nơi xe hơi khó tiếp cận, phù hợp với đặc điểm mà họ được phân công thực hiện nhiệm vụ. Rõ ràng, với các con đường nhỏ hẹp, khi xe hơi hay mô tô chuyên dụng của cảnh sát không để đi vào thì ngựa vẫn len lỏi được dễ dàng. Trong những lần từ thư viện về nhà trong đêm, tôi cũng phát hiện một chi tiết lạ và khá thú vị. Đó là, cho dù đi tuần bằng phương tiện gì đi nữa, thì lực lượng cảnh sát vẫn áo quần quân phục chỉnh tề, luôn luôn có chữ police (cảnh sát) đính trên lưng ngựa như một sự khẳng định tính chính danh của công việc, nhiệm vụ. Cũng giống như lực lượng cảnh sát ở vài nước phương Tây khác như Anh hay Mỹ, những sự kiện văn hóa, thể thao lớn tại Úc, người ta dễ dàng nhận thấy, ngựa là công cụ hỗ trợ đắc lực, giúp cảnh sát kiểm soát đám đông. Lợi thế chiều cao của ngựa giúp lực lượng tuần tra kịp thời phát hiện và ngăn chặn điều bất thường trong đám đông. Trên lưng ngựa, tầm nhìn của họ được mở rộng và cũng giúp người dân dễ dàng thông báo khi có nhu cầu.

Vậy là bất chấp xã hội tiến bộ ra sao, phát triển vượt bậc thế nào, nhiều đơn vị cảnh sát ở xứ sở Kangaroo vẫn dùng ngựa đi tuần vào buổi đêm. Với tôi, hình ảnh cảnh sát đi tuần trên lưng ngựa, nghe tiếng vó ngựa kêu trên phố phường Adelaide, nơi tôi từng sinh sống mang lại cảm giác thanh bình, thi vị chứ không phải là cảm giác bất an, sợ hãi khi thấy ánh đèn xoay và tiếng còi hụ kêu chát chúa.

Cỗ xe ngựa như trong cổ tích

Mới đây, câu chuyện của ông Harry Vidal, một người dân Nam Úc, người quyết định thực hiện chuyến đi vòng quanh nước Úc trên cỗ xe ngựa tự chế đã thu hút sự chú ý của dư luận. Người đàn ông gốc Malta đã dành hơn bốn năm trời để hoàn thành cỗ xe ngựa như trong câu chuyện cổ tích để thực hiện ước mơ của mình. Kế hoạch của ông là sẽ thực hiện chuyến đi cùng với những người bạn đồng hành thân thiết, hai chú ngựa George và Henry. Hành trình bắt đầu từ sông Murray và kết thúc tại Lightning Ridge với chiều dài khoảng 1.500 cây số. Chuyến đi bắt đầu từ tháng Tư và kết thúc vào tháng Tám năm 2016. Dọc hành trình của mình, ông ghé thăm các trường học địa phương, nhà dưỡng lão để thực hiện chiến dịch gây quỹ, với số tiền ước tính lên đến 20 ngàn đô la Úc. Số tiền này sẽ được dùng vào việc chữa trị cho các bệnh nhi ở Úc, những em bị khiếm khuyết trên khuôn mặt, đồng thời giúp nâng cao nhận thức của cộng đồng trong việc điều trị cho những em nhỏ không may mắn khi phải mang những khiếm khuyết do vết thương trên gương mặt của mình hoặc từ những đợt phẫu thuật. Các em nhỏ địa phương đã không khỏi trầm trồ trước sự dễ thương ngộ nghĩnh của cỗ xe ngựa như trong trí tưởng tượng của các em, như một câu chuyện cổ tích. Cỗ xe sặc sỡ, bắt mắt với đầy đủ những đặc tính tiện dụng, bao gồm phòng ngủ, nhà tắm, bàn ăn sáng, lò sưởi, pin năng lượng mặt trời và cả nhà bếp nấu nướng.

Để đóng góp vào nguồn quỹ này, xin liên lạc với văn phòng Craniofacial theo số điện thoại: + 61 8 8267 41 28. Kể thêm một chút bên lề, ngày còn nhỏ, ở quê tôi, xe ngựa rất phổ biến. Người ta chở hàng hóa ra chợ, đưa bà con ra đồng, rước cô dâu về nhà chồng… thường là trên những chiếc xe ngựa, mà người dân quê quen gọi là xe thổ mộ. Âm thanh leng keng từ chiếc lục lạc trên cổ những chú ngựa trở thành miền ký ức sâu đậm với những người con sinh ra ở miền quê như tôi. Xã hội phát triển, xe ngựa trở thành đồ cổ quý hiếm, và lui vào dĩ vãng, được đặt trong các phòng trưng bày của bảo tàng. Ngày nay, ở Bến Tre, xe ngựa được trang trí để khai thác phục vụ khách du lịch. Góp nhặt những câu chuyện đời để hoài niệm về một miền quê nơi tôi lớn lên, cũng là để nhớ lại những hình ảnh dung dị, ký ức đẹp của nước Úc mà tôi đã từng có dịp trải nghiệm trong những tháng năm tuổi trẻ. Nếu đang ở Úc, cuối tuần mời bạn sang Melbourne dạo phố bằng xe ngựa. Còn nếu đang có mặt tại Việt Nam, mời bạn về Bến Tre một chuyến để lần tìm lại chút ký ức xưa trên những cỗ xe ngựa xinh xắn. Đó cũng là cách để tìm về yên bình, thanh thản, rũ bỏ đi những mệt mỏi, áp lực của cuộc sống thường ngày.

12

NHỮNG THÙNG THƯ VÀ SỰ SÁNG TẠO CỦA NGƯỜI ÚC

Những chiếc thùng thư được làm từ chiếc xe đạp cũ, trông ngộ nghĩnh và đáng yêu

Hộp thư lạ lắm, đặc biệt gây ấn tượng mạnh cho các bác đưa thư

Những thùng thư xinh xắn bên vệ đường

Một chiếc vô tuyến truyền hình bị hư, một cái xe đạp bỏ đi, một chiếc thùng đựng máy tính đã cũ, hay một cái tủ, thùng nhựa cũ không còn giá trị sử dụng..., đã bao giờ bạn tự hỏi, nên làm gì với những thứ không còn giá trị sử dụng đó? Ở những vùng nông thôn tại Úc, chúng được tận dụng để tạo ra những chiếc hòm thư mới lạ, xinh xắn và cũng không kém phần bắt mắt. Mỗi tác phẩm đều là một công trình có một không hai, là sự gửi gắm một thông điệp nào đó cũng như thể hiện sự sáng tạo của gia chủ.

Những hộp thư không đụng hàng

Hãy thử tượng tượng, bạn có dịp được sinh sống ở nông trại hay khu vực nông thôn, vùng xa ở một đất nước vô cùng rộng lớn như Úc. Ngôi nhà nằm khuất xa đường cái, quá xa để người đưa thư có thể dễ dàng tìm đến. Trong hoàn cảnh như thế, mailbox hoặc letterbox, tức chiếc thùng thư được xem là điểm nhấn của các hộ gia đình ở vùng nông thôn của Úc. Nó cũng là biểu tượng đặc biệt trong cuộc sống của người Australia, bởi khi diện tích đất đai quá rộng lớn và dân cư sống rất thưa thớt, không tập trung, sẽ khiến cho những người đưa thư khó kết nối. Có lẽ vì vậy, mà những hộp thư được tạo nên vô cùng ngẫu hứng, đậm chất Australia, đậm chất sáng tạo của gia chủ xuất hiện ngày một nhiều. Những hộp thư này được đặt ngay đầu đường dẫn vào nhà. Thông thường, nếu có nhiều hộ gia đình quanh khu vực, các thùng thư sẽ được lắp đặt thành một cụm hoặc một hàng dài phía trước, gần đường chính, giúp người đưa thư hoàn thành công việc một cách nhanh chóng nhất.

Ở các thành phố lớn tại Úc, người ta quan niệm, hộp thư chỉ là một công trình phụ gắn ở trước ngõ hoặc kế bên hiên nhà. Do đó, các hộ gia đình nơi đây thường chọn những thùng thư thiết kế đơn giản. Tuy nhiên, ở nông thôn, người dân nơi đây đã biến hóa hộp thư đó trở thành điểm nhấn, điểm thu hút, bởi nó được tạo nên từ những công trình đầy tính sáng tạo, trở thành một điểm nhấn hút mắt trước cổng nhà.

Để trang trí cho thùng thư cạnh hàng rào đá của mình, chủ nhân của một căn nhà ở gần khu vực Port Arthur, cách không xa thành phố Hobart, bang Tasmania, đã dùng một chiếc xe đạp cũ để gắn lên đó địa chỉ của gia đình mình và yên sau của xe thì chở kèm theo hộp thư. Không quá cầu kỳ nhưng cũng đủ gây sự chú ý đối với khách du lịch và người đi đường.

Dạo chơi qua những miền nước Úc, người ta còn bắt gặp thêm nhiều bộ sưu tập thùng thư độc đáo khác nữa. Qua đó, du khách có thể hiểu rõ giá trị phong cách nghệ thuật khác nhau được gởi gắm qua mỗi tác phẩm ấy. Một ví dụ sinh động khác, bức tượng người cầm cương một chú ngựa gỗ. Người chủ nhà đã nảy ra ý tưởng đặt thùng thư vào phía dưới tượng người gỗ, tạo thành chiếc hộp thư có một không hai, vô cùng ấn tượng, bắt mắt. Người chủ nhà đã khéo léo quảng bá những sản vật, lễ hội đặc trưng của địa phương mình. Bởi lẽ, ai cũng biết, Tasmania với khí hậu ôn hòa, nhiều cánh rừng nguyên sinh đã mang đến cho hòn đảo xinh đẹp này nhiều loại gỗ quý, giá trị cao và được khắp thế giới tìm mua. Còn hình ảnh chú ngựa gỗ, dễ dàng giúp cho các tín đồ yêu thích môn đua ngựa không quên dõi mắt, hướng tim mình về miền Nam Tasmania để tham dự, theo dõi lễ hội đua ngựa mùa hè ở hòn đảo có hình dáng tựa trái tim này.

Lạ mắt và đa dạng chủng loại

Du khách đến Úc, nhất là có dịp đến các vùng nông thôn, sẽ không quá khó để bắt gặp những chiếc hộp thư vô cùng cá tính, ấn tượng, đậm chất của vùng đất Kangaroo. Chúng gây ấn tượng không chỉ đối với những người đưa thư mà còn cả với bất kỳ ai từng một lần chạm mắt. Nào là hộp thư hình dạng con cá, gà trống, ngựa, hộp thư được làm từ những thùng đựng sữa, chiếc lò vi sóng cũ... Kể ra thì rất nhiều, nhưng với tôi, gây ấn tượng mạnh nhất là một lần thấy thùng thư được làm từ chiếc tủ lạnh ở một làng quê xa tận Tasmania.

Việc tận dụng tủ lạnh như là chiếc thùng thư đã từng rất phổ biến ở các vùng nông thôn sâu ở Úc và cho đến nay, thỉnh thoảng người ta vẫn bắt gặp điều đó. Bởi tủ lạnh được xem là khá hữu ích trong trường hợp chủ nhà đi vắng, đi xa đâu đó không về kịp trong ngày, nó là nơi để đựng tạm bánh mì, sữa, nhiều mặt hàng khác và tất nhiên là có cả thư. Một lý do hết sức thuyết phục nữa được đưa ra khi tận dụng cả một chiếc tủ lạnh lớn đặt bên đường là nhằm tránh đàn chim, bầy quạ và đám kỳ nhông hiếu kỳ, có thể đến ăn vụng, cướp hết những mẩu bánh mì vừa được giao. Không biết từ bao giờ, tôi bắt đầu thấy yêu những thùng thư đơn giản xinh xắn tại Úc.

Sự thay đổi cùng những nỗ lực giữ gìn

Theo tính toán từ Australia Post, con số những thùng thư ở đất nước này tăng thêm 2,5% mỗi năm. Xu hướng gia tăng của việc mua sắm trên mạng internet ở Úc đã làm gia tăng kích cỡ của những gói hàng cần chuyển phát. Các bác đưa thư có lẽ vì vậy mà phải thận trọng hơn trên các tuyến hành trình mỗi ngày của mình.

Xung quanh câu chuyện này, tôi nhớ có lần, trong giờ học môn Interpretation, giáo viên chúng tôi có nói đùa rằng: "Tôi thấy những câu chuyện về thùng thư ở Úc hết sức phong phú, đến nỗi các anh chị có thể làm cả công trình nghiên cứu cho đề tài của mình".

Hòm thư riêng của nhiều hộ gia đình được đặt cạnh nhau, giúp việc chuyển phát thư được thuận tiện, dễ dàng hơn.

Dường như, ở Việt Nam, lúc nào ở nhà cũng có người, cho nên nhu cầu về hộp thư không có nhiều và gần như bị quên lãng. Ở Úc, với tôi, ấn tượng đầu tiên về một gia đình, một mái nhà có lẽ là chiếc hòm thư xinh xinh trước hiên. Còn nhớ, khi mới sang Úc, mỗi lần đi học về, tôi đều kiểm tra thùng thư xem mẹ ở nhà có gởi gì sang không cũng là một thú vui của đời du học sinh như tôi, do ba mẹ tôi không biết cách sử dụng máy tính, hoặc email. Nhiều người có suy nghĩ là, ngày nay, nhờ internet mà mọi thứ trở nên dễ dàng hơn. Thư tay, vì vậy, phần nào dần trở nên không quá cần thiết nữa. Mặc dù vậy, mailbox stop (hay việc kiểm tra hòm thư trước cửa nhà) hằng ngày, vẫn là một thói quen sinh hoạt quan trọng không thể thiếu đối với nhiều hộ gia đình ở Úc.

Được biết đến như là những người thân thiện, hiền hòa, dễ gần, nhưng đôi khi người Úc cũng rất kiểu cách trong cuộc sống hằng ngày, rõ nhất có lẽ là qua sự sáng tạo từ những chiếc hòm thư. Trong nỗ lực giới thiệu những điều độc đáo này đến với nhiều người, mới đây, chương trình ABC Open của Tập đoàn Truyền thông Quốc gia Úc cũng đã dành hẳn một chuyên trang về chủ đề này (Letterboxes).

Rất nhiều cá nhân với đủ thành phần khác nhau ở Úc, với tình yêu dành cho những chiếc hộp nhỏ xinh, cũng đã có nhiều trang web, chương trình được lập ra để giới thiệu với bạn bè khắp nơi trên thế giới về nét văn hóa thú vị này.

Ngẫu hứng, đầy sáng tạo, tái sử dụng được những vật dụng đã không còn giá trị sử dụng như ban đầu, những hộp thư trước hiên nhà, qua bàn tay sáng tạo của nhiều người dân nông thôn Úc, đã trở thành những công trình nghệ thuật độc đáo.

Tinh thần DIY (do it yourself – tự làm, tự sáng tạo) của người dân Úc rõ ràng đã phát huy tối đa tác dụng trong trường hợp này.

13

PHÒNG CHỐNG CHÁY NỔ
VÀ VÀI CHIA SẺ TỪ NƯỚC ÚC

Khu bếp tại một ký túc xá dành cho sinh viên

Khu vực bất khả xâm phạm, chỉ dành riêng cho xe cứu hỏa

Bình ga luôn luôn để xa bếp lửa

Một trong những kỷ niệm đáng nhớ, nhưng thấm đẫm nỗi buồn và sợ hãi suốt những tháng ngày còn làm nghề báo của tôi là trải nghiệm đưa tin về những vụ cháy.

Những cái chết tức tưởi, vô lý bắt nguồn từ mồi lửa vô tình làm người ta không khỏi nghẹn lòng khi nhắc đến. Vụ cháy kinh hoàng nhất cách đây tròn 20 năm ở trung tâm thương mại ITC cũng vào tháng Chín, làm 60 người chết và 70 người bị thương; vụ cháy cửa hàng giày tại thành phố Cần Thơ năm 2015, làm chết ba người trong cùng gia đình.

Không lâu sau đó, tại Thành phố Hồ Chí Minh, vào tháng 9 năm 2014, một vụ cháy phát sinh vào rạng sáng trên đường Nguyễn Trãi dẫn đến cái chết thương tâm của bảy nạn nhân.

Đến giờ, nhiều người hẳn chưa quên được tai nạn kinh hoàng trong vụ nổ "Phương khói lửa" hồi năm 2013 kéo theo 11 con người vắn số phải sớm lìa đời, chỉ vì những sơ suất, thiếu cẩn trọng. Nhớ đến rồi chợt giật mình. Nhớ đến mà không cầm lòng nổi. Nhớ đến những vụ cháy, nhắc về những cái chết thương tâm để nhìn nhận lại vấn đề an toàn phòng chống cháy nổ, cốt làm sao để bảo đảm an toàn tính mạng, hạn chế thấp nhất những tai nạn không đáng có.

Tràn ngập các mặt báo ngày 8/9/2022 về cái chết thương tâm của 33 người trong vụ cháy ở quán karaoke tại thành phố Thuận An, Bình Dương. Đáng nói hơn, sự việc tương tự, cháy ở cơ sở kinh doanh karaoke này diễn ra không lâu sau vụ cháy ở Thủ đô Hà Nội, cướp đi sinh mạng của ba chiến sĩ cảnh sát phòng cháy chữa cháy kiên cường.

Đầu năm ngoái, tôi chuyển đến một địa điểm mới. Khi mới thuê chỗ này, cánh cửa sắt hai lớp dày ở cổng chính là mối tận tâm. Chúng tôi không có chìa khóa riêng mà phụ thuộc vào người bảo vệ chung của tòa nhà và theo lịch mở đóng cửa cố định lúc 5 giờ sáng và 11 giờ đêm. Tôi đã nhiều lần đề xuất, cần có chìa khóa dự phòng treo ngay chỗ dễ thấy, và có búa tạ, hay bất cứ công cụ nào phá được cửa nhằm dễ thoát thân nếu xảy ra rò rỉ điện, cháy nổ, hay những sự cố ngoài ý muốn có thể gây nguy hiểm đến tính mạng. Nhưng, đáp lại là sự im lặng.

Những năm tháng học tập tại Úc, có một lần bị đóng tiền phạt mà tôi không bao giờ quên. Bạn bè tôi vẫn trêu là "đóng tiền ngu" để "được khôn ra". Lần đó, tôi nấu ăn rồi quên tắt bếp. Món thịt nướng có kèm tí mỡ, đã tạo thành khói, tức thì chuông báo khói (smoke alarm) kêu inh ỏi. Chưa thấy lửa bốc lên, chỉ mới có khói lan thì chú bảo vệ đã có mặt để kiểm tra, xử lý.

Theo quan sát, tôi thấy các hộ gia đình ở Úc buộc phải thiết lập chuông báo khói, chuông báo động nếu có cháy và được khuyến khích kiểm tra chúng định kỳ hằng tháng để đảm bảo rằng, khi có sự cố, chuông này vẫn hoạt động tốt. Tuy nhiên, thiết bị này, có khi cũng gây phiền cho nhiều người vì tính năng quá "nhạy" của chúng, có thể reo chỉ vì có ai đó hâm nóng bánh mì, hoặc báo động khi phát hiện khói từ vòi nước nóng trong nhà tắm.

Tại Úc, dù là cao ốc cao cấp hay bình dân, kể cả gia đình các hộ dân, không bao giờ vắng bóng các phương tiện chữa cháy, được gắn ở những nơi dễ thấy nhất. Nhiều lần chuyển chỗ ở, nhưng lần nào tôi cũng ấn tượng với những tờ thông tin dán ngay cửa chính, hội trường, rồi ở phòng riêng cá nhân về cách chỉ dẫn, xử lý nếu nghe thấy tín hiệu báo cháy, quy trình di tản, thoát thân thế nào để bảo toàn tính mạng.

Chứng kiến những buổi diễn tập về an toàn cháy nổ, thỉnh thoảng do khoa tổ chức, tôi cũng vô cùng ấn tượng, không chỉ vì tinh thần hợp tác của sinh viên, mà còn bởi công tác tổ chức hết sức khoa học. Học sinh tiểu học ở Úc cũng được nhà trường dạy những điều cần thiết trong trường hợp cháy nhà. Ai cũng biết, trẻ con thường dễ trở thành những nạn nhân đầu tiên.

Vì vậy mà các khóa huấn luyện hoặc học cách thoát thân trong khi xảy ra cháy nổ, hoặc những sự cố tương tự được tổ chức thường xuyên, liên tục ngay từ cấp tiểu học.

Cũng cần nói thêm, luật pháp tại Úc quy định rất rõ về quy chuẩn xây dựng và có các quy tắc về đun nấu để đảm bảo người dân cảm thấy an toàn giữa các dãy nhà. Tại Úc, tôi chưa bao giờ thấy một bình gas nào được đặt cạnh nhà bếp. Tôi đem thắc mắc này hỏi một người bạn dân bản xứ, thì được giải thích là vì lý do an toàn, người dân ở đây không lắp đặt bình gas ngay cạnh bếp, hay ở trong nhà. Thay vào đó, có một đường ống dẫn, hệ thống chung được gắn cho các hộ gia đình có nhu cầu. Làm như thế chỉ để đảm bảo tính an toàn, ngăn ngừa cháy khi đun nấu. Lý do đưa ra là, người ta tin rằng hiện tượng rò rỉ khí gas có thể là mồi châm của các vụ cháy nổ lớn, dẫn đến hậu quả nghiêm trọng.

CÁNH BƯU THIẾP
TỪ NEW ZEALAND

Tác giả và bạn cùng lớp, người bạn từ Newzealand trong chuyến thăm dòng sông Murray

Tôi chưa từng một lần được đặt đôi chân vẫn chưa ráo phèn, vác chiếc ba lô hãy còn ám màu bụi đường của mình đến đất nước của xứ sở chim Kiwi. Điều an ủi là tôi được "du lịch" và chiêm ngưỡng vẻ đẹp của đất nước xinh đẹp này qua rất nhiều những cánh thư, tấm ảnh chụp và những chiếc bưu thiếp nhỏ xinh, chứa chan tình cảm của những người bạn từ "đất nước hai hòn đảo" xa xôi.

Ký ức thời sinh viên

Ngày ấy, tôi là một cô gái 19 tuổi, sinh viên năm thứ hai đại học. Dịp cuối tuần, khi các bạn cùng ký túc xá, các cô gái cùng lứa bắt đầu hò hẹn, thì tôi lại tất bật với công việc làm thêm tại một quán ăn gần bến Ninh Kiều, thành phố Cần Thơ để có thể tiết kiệm thêm khoản tiền giúp ba mẹ ở quê. Như một sự sắp đặt, cũng tại quán ăn ấy, tôi quen được đôi vợ chồng vừa về hưu từ New Zealand sang du lịch. Với vốn tiếng Anh khá ổn so với các anh chị khác, tôi thường được đôi vợ chồng tìm đến để hỏi các thông tin cần thiết phục vụ cho chuyến tham quan của họ tại Việt Nam.

Những lần trao đổi với cặp vợ chồng người New Zealand trong thời gian họ ở Cần Thơ đã mang đến cho tôi những người bạn thật tuyệt vời. Ngày họ chia tay để đi tham quan đảo Phú Quốc, trước khi khám phá hành trình dọc miền Trung rồi lên vùng địa đầu của Tổ quốc ở Hà Giang, họ tặng tôi những cánh bưu thiếp xinh xắn, có in hình chú chim Kiwi bệ vệ, cùng với các hình ảnh dãy núi có băng bao phủ, hồ nước trong vắt đến mê người. Một chút bối rối, một chút xúc động, tôi lí nhí cảm ơn và không quên hẹn ngày tái ngộ.

Thời đó, vì chưa có điều kiện được "tung tăng" nhiều nơi nên tôi đành gửi ước mơ vào những cánh bưu thiếp ngộ nghĩnh, đáng yêu và chất chứa bao kỷ niệm. Khi hai người họ về nước, chúng tôi vẫn tiếp tục liên lạc qua những cánh thư. Họ không rành lắm về Internet để gửi email và cũng muốn gửi gắm tình cảm yêu thương qua từng dòng chữ nắn nót chứ không phải chữ đánh máy khô khan. Nhờ vậy mà khả năng ngoại ngữ của tôi dần được cải thiện. Những cánh thư, tấm bưu thiếp của cô chú trở thành một cầu nối văn hóa cho không ít người Việt Nam chưa một lần đặt chân đến xứ sở Kiwi và biết đến New Zealand như tôi. Những tấm bưu thiếp với hình ảnh về một xứ sở cách xa Việt Nam và dòng chữ nghiêng nghiêng của cô chú đã vượt đường xa đến với tôi đều đặn, nhất là những dịp lễ Tết, chứa đựng biết bao tình cảm của những con người đáng kính.

Ấn tượng với New Zealand

Tôi tìm đọc rất nhiều sách báo để thêm cho mình chút hiểu biết. Tôi ngạc nhiên, thích thú khi biết mảnh đất xinh đẹp này được thủy thủ người Hà Lan là Abel Tasman tìm thấy. Năm 1642, bờ biển New Zealand hiện ra trong tầm mắt của Abel Tasman và ông đã gọi nơi đây là "Zeeland" (Sea land) theo lối phát âm của tiếng Hà Lan. Sau đó, thuyền trưởng nổi tiếng James Cook từng lui tới tổng cộng bốn lần trong khoảng thời gian từ 1769 đến 1777, dong buồm qua những khu vực này và phác thảo tấm bản đồ New Zealand đầu tiên.

Nhắc đến New Zealand, người ta thường nghĩ đến vùng đất với hàng vạn con cừu. Số lượng cừu ở đây có khoảng 60 triệu con, lớn gấp 15 lần dân số của nước này. Ấn tượng mạnh mẽ nhất trong tôi về "một quốc gia hai hòn đảo" nằm ở chỗ đây là một trong những nước đi tiên phong trong vấn đề bình đẳng giới và chăm lo cho phụ nữ. Trong lịch sử phát triển, New Zealand là quốc gia đầu tiên trên thế giới cho phép phụ nữ đi bầu cử vào năm 1893. Đây là quốc gia có nhiều vị trí quan trọng do phụ nữ nắm quyền, tiêu biểu như nữ hoàng Elizabeth II, cựu thủ tướng Helen Clark hay cựu giám đốc điều hành của Telecom New Zealand, bà Theresa Gattung…

Hội ngộ bất ngờ nơi đất khách tại xứ Úc thân thương

Những người bạn đáng kính từ New Zealand chính là nguồn cảm hứng và động lực để tôi cố gắng vượt qua chướng ngại về tiếng Anh, thắp lên khát vọng được đi du học để làm việc tốt hơn, cũng để trải nghiệm nhiều hơn. Ra trường, đi làm, lao vào mưu sinh cơm áo gạo tiền, đôi lúc tôi quên bẵng những mơ ước ấy. Thế rồi, những buổi đêm, tôi miệt mài bên quyển từ điển và không quên nguyện cầu cho ước mơ của mình thành hiện thực, ước mơ đó là tìm kiếm một suất học bổng và đặt chân đến chân trời mới.

Sau nhiều lần nộp đơn ở vài nơi và rèn luyện tính kiên nhẫn, tôi thử vận may tìm kiếm học bổng phát triển của New Zealand và Australia. Tôi may mắn được sang Australia du học theo chương trình học bổng phát triển của đất nước này dành cho Việt Nam. Lòng tôi luôn tri ân hàng xóm lân cận của New Zealand là Australia, tâm hồn vẫn cứ mãi gửi theo ước nguyện, rồi sẽ có ngày tôi từ Australia vượt đại dương sang thăm những cung đường đầy tuyết trên rặng Cook (Mount Cook) hay Southern Alps.

Năm 2012, tôi du học ở Australia, đất nước có quan hệ truyền thống gần gũi cũng như có nhiều chính sách, phong tục tập quán khá tương đồng với New Zealand. Thời gian ở đây, lòng tôi vẫn không thôi mơ ước được một lần đặt chân đến New Zeland để được khám phá Wellington, Auckland, rồi Christchurch để thăm lại những người bạn tri kỷ phương xa, để cùng "đi rong" với những người bạn, người em cùng "toát mồ hôi" đến "căng đầu" với tôi trong quãng thời gian học ngoại ngữ ở thành phố Hồ Chí Minh trước khi đi du học.

Một ngày giữa tháng 9/2013, tôi nhận được cánh thư và tấm bưu thiếp của những người bạn từ New Zealand đáng kính. Họ nói rằng họ sắp có chuyến thăm đến Australia và sẽ đến Adelaide, nơi tôi đang theo học. Vì chuyến thăm rơi vào kỳ nghỉ giữa kỳ nên tôi có dịp trổ tài làm hướng dẫn viên cho họ tại các nhà bảo tàng, địa điểm tham quan nơi tôi sinh sống và học tập. Sau gần 10 năm mới có dịp hội ngộ nơi đất khách, những câu chuyện và lời hỏi thăm rôm rả như không dứt.

Chia tay với bao bịn rịn, bao lưu luyến, ai cũng lén lau vội dòng nước mắt và hẹn ngày gặp lại. New Zealand với tôi là cả một trời ký ức, kỷ niệm từ thời sinh viên, là động lực để tôi phấn đấu. Khi viết bài cho cuộc thi *New Zealand – Chân trời mới*, bỗng chốc tôi thấy chữ nghĩa đi đằng nào hết, chỉ còn lại là niềm thương thấm thía và niềm hy vọng sẽ có một ngày nếu đủ duyên, tôi sẽ lại được hội ngộ những người bạn của mình tại đất nước New Zealand hiền hòa, xinh đẹp.

15
DẤU ẤN "CONDOM"

Tác giả tại vùng Condom nước Pháp

Địa danh Condom ở Pháp, tôi đã đến đây, còn bạn thì sao?

Khi tôi học tiểu học trường làng những năm 1990, những câu chuyện cổ tích của La Fontaine đã ấp ủ trong tôi ước mơ một ngày nào đó được đặt chân đến những lâu đài xinh đẹp nước Pháp. Thời gian trôi qua, tôi lớn lên, đặt chân vào giảng đường đại học. Thích thú trước những bài giảng, tác phẩm của Victor Hugo, những dằn vặt trong "Thân phận con người" của André Malraux. Từ đó, hình ảnh về một nước Pháp xinh đẹp với những danh lam thắng cảnh tuyệt đẹp, đầy sức hút càng hiện ra một cách rõ ràng hơn trong những giấc mơ hằng đêm của tôi.

Kỳ nghỉ Đông năm 2012, tạm thời gác lại những bộn bề, ngổn ngang sách vở, tôi đã theo chân cô bạn cùng lớp khám phá châu Âu. Thoạt đầu, điểm đến của chúng tôi là quê một người bạn khác, tận Na Uy xa xôi. Nhưng rồi bản tính ưa khám phá, thích thử thách và mạo hiểm đã mang chúng tôi đến tận xứ sở đất nước hình lục lăng, đến vùng đất Condom, xinh đẹp và thơ mộng.

Vậy mà, chính sự ngẫu hứng trong lộ trình với những trải nghiệm tuyệt vời, nhất là trải qua đêm giao thừa ở Condom đã làm cho chuyến đi của tôi lưu dấu thêm nhiều kỷ niệm đẹp, và phải nói là thật tuyệt vời.

Thăm thị trấn "Bao cao su" (Condom)

Condom được hiểu là "bao cao su" trong tiếng Anh nhưng hoàn toàn không mang ý nghĩa gì đặc biệt trong tiếng Pháp. Nó đơn thuần chỉ là tên gọi, tên của một địa danh. Với người dân địa phương, tên gọi của thị trấn Condom, thuộc tỉnh Gerz, Pháp, (cách Bordeaux khoảng 4 giờ lái xe) bình thường như bao tên gọi khác.

Thế nhưng, với những người ghiền du lịch bụi như tôi, lần đầu trông thấy bảng hiệu của tiệm rượu mang tên "Condom", tôi đã không nhịn được cười. Bỏ qua sự ngỡ ngợ, cảm giác e dè để nếm thử loại rượu vang nổi tiếng của Pháp trong một cửa hiệu nổi tiếng ở địa phương có tên gọi "Condom" chắc hẳn là một trải nghiệm đáng nhớ và vô cùng độc đáo.

Chuẩn bị cho chuyến đi của mình, tôi đã lên mạng, kiểm tra trên bản đồ. Thoạt tiên, khi trông thấy tên này, tôi đã nhíu mày, tự hỏi có nhầm lẫn nào chăng. Chắc chắn là không có sự nhầm lẫn nào ở đây, cô bạn cùng lớp tôi cười nhẹ bẵng: "Thấy chưa, giờ là tin mình có tên gọi như thế rồi đấy nhé!".

Thị trấn Condom vốn được xem là một trong những điểm dừng chân vô cùng quan trọng trên con đường hành hương nổi tiếng có tên gọi Santiago de Compostela, trải dài từ biên giới Pháp - Tây Ban Nha. Con đường hành hương, nơi hội tụ của nhiều nhà thờ, thánh đường, công trình lịch sử không những rất quan trọng về mặt địa lý, mà còn mang tính chất linh thiêng, nhất là trong việc phát triển của đạo Kitô.

Sẽ là một thiếu sót rất lớn nếu bỏ quên nhà thờ thánh địa phương trong danh sách các địa điểm tham quan phổ biến nơi này. Công trình nhà thờ thánh Pierre được xây dựng vào cuối thế kỷ thứ 14. Hồ sơ ghi chép cũng ghi nhận lại rằng, công trình sau đó đã được sửa chữa, tôn tạo nhưng vẫn giữ nguyên theo lối kiến trúc Gothic.

Nếu lang thang chụp ảnh khuôn viên bên ngoài, du khách sẽ dễ dàng nhận thấy những điều "lạ" toát ra từ quần thể kiến trúc với điểm nhấn là những khối kết theo chiều thẳng đứng, tập trung vào những hệ cột mảnh, trần cao mở rộng. Lối vào gây ấn tượng mạnh bởi những hoa văn trang trí lộng lẫy, trong khi đó, bệ thờ là một công trình điêu khắc hết sức công phu và được chăm chút đến những chi tiết nhỏ nhất.

Ngọt ngào hương vị ẩm thực Pháp – Việt

Thời gian ở Pháp, tôi được gia đình bạn đãi rất nhiều món ngon truyền thống. Những lần được thử món ngon của Pháp là những kỷ niệm đẹp, những hương vị níu giữ tâm hồn tôi một thời gian dài sau đó. Tôi may mắn được nhà bạn mời dùng qua món tôm cocktail, bò nấu rượu vang Pháp. Tất nhiên, suốt thời gian tôi lưu lại đó, gia đình bạn tôi cũng không quên giới thiệu với tôi món gan ngỗng vỗ béo (foie gras).

Ẩm thực Pháp trong trí nhớ của tôi còn là những buổi sớm mai được quây quần bên gia đình bạn cùng nhau thưởng thức bánh mì baguette, croissant, những cảm giác tuyệt vời khi được nếm thử bánh Crepe mặn, một loại bánh được quen gọi là "bánh xèo châu Âu" làm từ bột lúa mạch, ăn kèm với loại rượu Cidre đượm mùi táo thơm.

Những ngày lưu lại ở Pháp trong kỳ nghỉ hè (mùa hè ở Úc rơi vào mùa đông bên châu Âu), cũng là dịp tôi giới thiệu các món ăn truyền thống của Việt Nam đến gia đình Joanna Thornton Kirkeli, bạn tôi. Với những người nước ngoài, ẩm thực Việt Nam khi được nhắc đến nghĩa là nói đến chả giò, gỏi cuốn, phở, cơm tấm....

Trong những câu chuyện trà dư tửu hậu, tôi không khỏi ngạc nhiên khi biết điều gây ấn tượng mạnh cho những người Pháp mà tôi gặp chính là ẩm thực Việt Nam, với những món ăn ngon, nổi tiếng đậm đà và đầy đủ dinh dưỡng, làm say lòng người.

Tôi cũng có chút kỷ niệm pha lẫn tự hào khi đã tự mình nấu nồi canh chua, hướng dẫn cách làm món gỏi cuốn cùng người anh em họ hàng của nó là chả giò đến gia đình bạn. Tôi cũng thấy như có điều gì thân thuộc gần gũi và rất đỗi thân thương khi cùng những người bạn mới quen quây quần thưởng thức món chả giò bên chén nước mắm giữa lòng nước Pháp.

Tôi nhớ cách nhăn mũi phản ứng với mùi vị nước mắm của mẹ bạn tôi vậy mà hai tháng sau đó, cô gửi email bảo cô vừa pha xong một mẻ nước mắm để chiều nay ăn món cơm tấm cô làm theo công thức tôi chia sẻ.

Lần đầu trải nghiệm mùa đông, đón giao thừa ở nước Pháp, nhưng cũng vì thế mà chuyến đi của tôi đầy ắp những câu chuyện thú vị. Đến giờ, lật lại những tấm ảnh cũ, nước Pháp vẫn mang đến cho tôi rất nhiều cảm xúc.

16

DU XUÂN ĐẾN NGÔI LÀNG MÈO LA ROMIEU, NƯỚC PHÁP

Đọc tên làng La Romieu, có lẽ nhiều bạn đang thắc mắc, liệu có mối tương quan gì đến con linh miêu, hay chữ "miêu" trong tiếng Việt hay không?

Làng mèo ở miền Nam nước Pháp lấy cảm hứng từ một truyền thuyết cổ, câu chuyện về một cô gái trẻ và những chú mèo con của cô đã ảnh hưởng đến kiến trúc của La Romieu, được xếp vào một trong những "ngôi làng đẹp nhất nước Pháp".

Vì sao có tên gọi là La Romieu, hay ngôi làng mèo?

Cái tên Romieu, xuất phát từ từ Roumieu của Gascon, có nghĩa là người hành hương của Rome. Nó nằm trên hai trong số các tuyến đường hành hương đến St Jacques de Compostelle, một từ Rocamadour và một trên đoạn Lectoure-Condom nổi tiếng, và vẫn đón một lượng lớn khách hành hương hằng năm ở Pháp.

Romieu là một trong những điểm tham quan thu hút rất nhiều khách du lịch, còn được gọi là làng mèo, ở phía Tây Nam nước Pháp. Đến La Romieu, du khách không khỏi ngạc nhiên khi bắt gặp vô số tác phẩm điêu khắc các chú mèo, với đủ hình thù, chủng loại khác nhau. Mèo xuất hiện khắp nơi quanh làng. Bạn dễ dàng bắt gặp những chú mèo nằm phơi nắng trên các gò đá, trước hiên nhà...

Vô số những chú mèo ở làng này là tác phẩm điêu khắc của nghệ sĩ Maurice Serreau, người đã chuyển đến ngôi làng yên tĩnh này để nghỉ hưu.

Một ngày đầu những năm 1990, ông quyết định điêu khắc con mèo đầu tiên, sau khi nghe qua truyền thuyết về nàng Angeline và những con mèo của cô ấy đã cứu sống dân làng một cách ngoạn mục và thần kỳ như thế nào.

Du khách đến La Romieu, thông qua các hiện vật, những câu chuyện kể về nàng Angeline, sẽ có cái nhìn bao quát hơn về lịch sử của làng.

Chuyện kể rằng, năm 1338, có một bé gái tên là Angeline được sinh ra ở La Romieu. Khi cô còn rất nhỏ, cha mẹ đột ngột qua đời và cô được một cặp vợ chồng tốt bụng sống gần đó nhận về nuôi. Khi Angeline lớn lên, tình yêu của cô dành cho mèo cũng tăng theo và một số con mèo luôn bám theo cô đến bất cứ đâu.

Trong thời gian này, hai năm thời tiết khắc nghiệt đã gây ra nạn đói và người dân thị trấn chật vật tìm kiếm cái ăn để tồn tại. Họ buộc tìm kiếm mọi thứ có thể ăn được. Họ lục tìm thực phẩm ở khắp mọi nơi. Chẳng mấy chốc, những con mèo trong làng bắt đầu biến mất khi dân làng muốn khỏi chết đói buộc phải ăn món thịt mèo hầm.

Angeline vô cùng sợ hãi và cầu xin cha mẹ nuôi cho cô giấu hai con mèo cưng của mình trên gác mái. Cha mẹ nuôi của cô không thể từ chối lời cầu xin khẩn thiết của cô con gái tội nghiệp. Kể từ khi Angeline giấu một con đực và một con cái, bộ sưu tập mèo con của cô ấy tăng lên đều đặn.

Cuối cùng, thời tiết trở lại như trước, mùa màng tươi tốt và lương thực lại dồi dào. Nhưng vì không còn bóng dáng bất cứ con mèo nào quanh quẩn trong làng, lũ chuột đã tràn vào làng và tàn phá mùa màng.

Trong bối cảnh đó, cư dân của làng đã tổ chức một cuộc họp khẩn để tìm cách ứng phó với bầy chuột kia. Mọi người đều ngạc nhiên nhưng vui mừng khi Angeline thông báo rằng cô có hai mươi con mèo (vì số lượng mèo trên gác mái của cô ấy đã tăng gấp mười lần) và sẵn sàng giúp giải quyết vấn đề của làng. Tất cả đều đồng ý và những con mèo được thả rông trong làng. Lũ chuột nhanh chóng biến mất và mùa màng không còn bị đe dọa nữa.

Giống như những con mèo của Angeline ngày xưa, những con mèo của nghệ sĩ điêu khắc Serreau đang giúp đỡ La Romieu ngày nay. Những tác phẩm điêu khắc về mèo của ông đã trở thành một điểm đặc biệt thu hút khách du lịch, mang lại doanh thu và tạo sinh kế cho cư dân của làng.

Tìm trên bản đồ, bạn sẽ bắt gặp La Romieu, một ngôi làng xinh đẹp với những ngôi nhà xây bằng đá quyến rũ, ở phía bắc Gers giữa Condom và Lectoure, chỉ cách khu vực Lot-et-Garonne 10km.

La Romieu còn có thêm một điểm nhấn rất đáng chú ý với nhà thờ Saint-Pierre. Tòa nhà là một ví dụ điển hình về kiến trúc Gothic. Các tòa nhà di sản tôn giáo bao gồm nhà thờ Saint-Caprais, Chapelle de Martet, phần còn lại của nhà thờ Gothic Chapelle des Clarisses và nhà thờ giáo xứ nguyên thủy.

La Romieu vốn có tường cao bao bọc. Các gia đình có trẻ con đến đây sẽ có một trải nghiệm thú vị nữa. Đó là một cuộc "truy tìm kho báu" dành cho lứa tuổi thiếu niên – một cách thú vị để trẻ khám phá ngôi làng. Khi bạn đi dạo xung quanh, hãy đếm số lượng mèo đá trên các mái vòm của quảng trường chính và bệ cửa sổ của các ngôi nhà.

Rời khỏi đây, du khách chắc chắn sẽ nhớ mãi cảm giác yên bình, thơ mộng và đẹp đẽ của ngôi làng mèo xinh đẹp.

17

ĐẾN THÁI LAN
NGẮM SẮC ĐEN HUYỀN BÍ
Ở THAI SONG DAM

Sinh viên Việt Nam và phụ nữ Thái ở Thai Song Dam

Những bộ trang phục đen huyền bí ẩn chứa nhiều ý nghĩa, thu hút sự tò mò, lẫn quan tâm của nhiều du khách khi đến với Thai Song Dam, thuộc tỉnh Phetchaburi, Thái Lan.

Sự thật là có rất nhiều thứ để xem, để làm và trải nghiệm ở Thai Song Dam (tỉnh Phetchaburi, Thái Lan). Đến nỗi, người ta băn khoăn không biết nên tham quan những gì và bỏ qua những gì. Chỉ cần đến một điểm sinh hoạt cộng đồng, trò chuyện cùng những phụ nữ, bô lão thôi, du khách cũng có thể phần nào trải nghiệm văn hóa và vẻ đẹp mà vùng đất này mang lại.

Cả phụ nữ và nam giới ở đây đều mặc quần áo màu đen trong sinh hoạt hằng ngày và khi tham gia các sự kiện quan trọng, hoặc các nghi lễ truyền thống và được gọi là "Thai Song Dam", nghĩa là người Thái mặc đồ đen. Nhóm dân tộc này tôn trọng và coi trọng sự linh thiêng, có cả sự tôn kính dành cho các vị thần gắn với môi trường xung quanh tự nhiên như sông, kênh, rừng và núi non.

Một bô lão giải thích, sở dĩ vải của người Thai Song Dam chỉ gồm màu đen hoặc chàm vì phần lớn người dân nơi đây đều làm nông nghiệp. Điều này hình thành nên nền văn hóa trang phục đặc trưng: quần áo để mặc và khăn choàng để che phủ, thường là dùng để chắn nắng, hầu hết đều có màu đen để phù hợp với lối sống của nông dân khi ra ruộng, xuống đồng.

Văn hóa đầm xòe của người Thai Song Dam là một nét văn hóa rất đặc trưng, mang bản sắc riêng của người cộng đồng Thai Song, hay Lao Song, vẫn duy trì các đặc điểm của cộng đồng họ, không giống như các nhóm cộng đồng khác vốn có sự pha trộn. Chúng ta phải quan sát và lắng nghe để phân biệt các nhóm người Thái, đặc biệt là quần áo của họ. Với người Thái ở Thai Song Dam, như đã nói, quần áo họ đều màu đen. Bất kể niềm tin tốt lành hay xui xẻo, tất cả họ, cả nam lẫn nữ đều mặc quần áo màu đen.

Nguyên liệu thô hoặc thiết bị được sử dụng dùng để dệt lên những trang phục từ Thai Song Dam hầu hết có nguồn gốc tự nhiên và giá thành rẻ. Vì vậy, rất an toàn cho người mặc. Nơi đây, còn nổi tiếng với sản phẩm được làm từ bông có màu đen hoặc chàm, được gọi là "áo Gom"(Gom T-shirt) duy trì bản sắc truyền thống của dệt thủ công từ Thai Song Dam.

Những kỹ năng, cách làm và kiến thức được truyền từ những người có tay nghề lão luyện của làng, trao truyền lại cho các thế hệ tiếp nối thông qua việc thực hành và cả các phương tiện truyền thông. Các nhóm dệt thủ công Thai Song Dam mở một cửa hàng, bán lẻ và bán buôn các sản phẩm của họ trong cộng đồng được đặt tại "Trung tâm bảo tồn dệt dân gian Thai Song Dam". Các sản phẩm cũng được bán thông qua trang web và Facebook, nhờ vậy, sản phẩm này ngày một lan xa.

Tạm biệt Thai Song Dam, tôi vẫn lưu luyến những sắc đen huyền bí, đặc biệt là thông điệp tình yêu thiêng liêng ẩn chứa trong trang phục tên "Sinh

Lai Taengmo". Tôi mang theo cả niềm xúc động về chiếc áo đen của người thiếu phụ và tình yêu son sắt dành cho tri kỷ của mình.

Trong quá khứ, phụ nữ Thai Song Dam đã có chồng phải ở nhà chờ chồng. Người chồng, trụ cột gia đình, thường vào rừng để tìm một diện tích thích hợp cho canh tác. Người vợ, trong khi chờ đợi, đã tự tay dệt một số quần áo. Cô ấy đã cố gắng nhuộm sợi dọc bằng màu đỏ ám chỉ tình yêu mãnh liệt, son sắt, thủy chung dành cho chồng của mình. Sợi ngang nhuộm đen hay nhuộm màu chàm sẫm đại diện cho chính cô. Xem xét các mảnh vải đã dệt xong, sợi dọc màu đỏ nhỏ hơn sẽ được bao phủ hoàn toàn bởi sợi ngang lớn hơn. Tuy nhiên, khi "Sinh Lai Taengmo" được mặc và phản chiếu bởi ánh sáng mặt trời, màu đỏ lấp lánh được nhìn thấy rõ ràng hơn.

Điều này ẩn chứa một thông điệp ý nghĩa: mặc dù sợi dọc màu đỏ có thể hoàn toàn bị che khuất, nhưng sắc tố đỏ nhỏ bé ấy sẽ lộ ra khi được ánh nắng mặt trời soi chiếu. Điều này giống với trái tim khao khát của những người phụ nữ Thai Song Dam, bản chất là nhút nhát và phải che giấu, và tình yêu thương đẹp đẽ đó, chỉ có chồng cô, người bạn đời của cô mới nhận diện được và cảm nhận được nó thiêng liêng dường nào.

TÔI VÀ CÂU CHUYỆN TRỞ VỀ

Theo dòng thời gian, xuôi theo tự nhiên, cũng như bao bạn bè đồng trang lứa, kết thúc hai năm học tại Úc, chúng tôi phải trở về. Hành trang mang theo không gì hơn là những kiến thức mới vừa thu nhận được sau thời gian học tập tại Úc, một mảnh bằng còn thơm mùi mực, chắt chiu trong hai năm trời đèn sách, cùng một bầu nhiệt huyết, tâm trạng hừng hực hăng say quay về hòa vào dòng chảy quê hương.

Tôi vẫn luôn tự hào vì dù đời đẩy đưa, bản thân tôi vẫn miệt mài phấn đấu để có được ngày hôm nay, mặc dù xuất thân từ một làng quê nghèo khó. Như bước ra từ cổ tích, cái nghèo khó của gia đình không phải là trở ngại mà luôn là điều kiện tuyệt vời để đánh dấu cảm xúc và kỷ niệm trong những năm tháng tuổi trẻ của tôi.

Tôi trở về Việt Nam đúng dịp Tết, bỏ lại bầu trời xanh ở Úc, bỏ lại những mùa hoa, nơi thương nhớ ở lại.

Chuyến xe chở đầy lo âu và dự định

Một cái Tết đầm ấm, vui vẻ trên quê hương, bên cạnh những người thân họ hàng ở quê cũng nhanh chóng qua đi. Mười ngày sau Tết năm đó, khép lại những ngày sum họp vui vẻ với những nụ cười, niềm vui, tôi chở theo những nặng nề, day dứt, cả nỗi lo cũng như sự hoang mang trên chuyến xe gắn máy ngược lên Sài Gòn, mở đầu cho một hành trình mới trong đời. Tôi chở theo những xoong, nồi, chén đĩa, vật dụng cá nhân, chúng vẫn còn nằm im trong bao như mấy năm trước tôi gấp lại. Chiếc bao ấy đã cũ, giờ nó ám thêm màu bụi đường. Tôi chở theo những suy tư: Đời mình sẽ thế nào trong những ngày sắp đến?

Tôi nhớ đến những lời càu nhàu của mẹ, rằng mẹ tôi lo lắng cho tôi ra sao khi tôi phải đến một nơi hoàn toàn xa lạ, không một người thân thích. Tôi ứa nước mắt, trong đầu lởn vởn hoài những lời mẹ dặn dò mang theo trách cứ. Mẹ tôi chắc sẽ vui hơn nếu giờ đây tôi có cuộc sống an nhàn, ổn định với công việc trong môi trường nhà nước, yên bề gia thất như đám bạn ở quê.

Tôi không giận. Tôi không cay đắng. Tôi chỉ buồn, tự thấy mình quá tệ. Hơn 30 tuổi đầu, tôi vẫn còn trắng tay. Tôi nhớ đến hình ảnh những căn nhà đẹp, mới xây của bạn bè đăng lên mạng xã hội. Đầu tôi lởn vởn với những lời khoe của các bạn cũ, từ cấp ba cho đến đại học, những người đồng nghiệp cũ, rằng người giữ vị trí, trọng trách này, cơ quan nọ, kẻ vừa thăng chức. Còn tôi? Tiền bạc ư, địa vị xã hội ư? Thành công về đời sống cá nhân ư? Không gì cả. Tất cả chỉ là con số không tròn trĩnh.

Những chuỗi ngày tìm việc, tái hòa nhập lại cuộc sống ở đây, với bao khó khăn, thách thức đón đợi tôi phía trước. Tôi đang chạy trên đường từ quê lên một khung trời mới, một thành phố mới. Có thể nói, sự bỡ ngỡ với tôi trên bước đường tái hòa nhập lại cuộc sống ở Việt Nam là gấp bội so với nhiều bạn bè khác: vừa trở về nước, vừa phải chuyển đến một nơi hoàn toàn xa lạ, do tôi không còn có cơ hội quay về cơ quan công tác cũ, nơi xưa, nơi tôi dành gần mười năm học tập sinh sống trước đó.

Chào Sài Gòn, sẵn sàng cho ngã rẽ mới của cuộc đời hạnh phúc!

Đêm đầu tiên của tôi ở Sài Gòn trong hành trình mới của cuộc đời là sự giật mình thảng thốt khi tôi phát hiện đôi mắt mình có thêm nhiều vết chân chim. Tôi ngủ dưới nền gạch cũ trong căn phòng trọ nhỏ, chật hẹp, nhớp nháp mùi rêu ẩm và lá mục đọng trong máng thoát nước.

Sài Gòn rộng lớn bao dung, chấp chứa những người con xa xứ, từ khắp mọi miền của Tổ quốc. Chúng tôi hội tụ về đây mưu sinh, nương náu. Sài Gòn đã dang tay đón nhận tôi sau ngày trở về. Sự thực là không ít lần tôi bị bủa vây bởi những con mắt ngờ vực, soi xét, bàn tán sau lưng nhưng điều này chẳng lạ gì đối với các bạn chung con thuyền như tôi.

Xin phép kể để bạn đọc rõ hơn, tôi đi du học theo học bổng của Chính phủ Australia trong một ngành khá đặc biệt, công việc cũng có tính đặc thù. Ý thức được điều đó, tôi luôn cố gắng hòa mình, khiêm tốn, nhẫn nhịn hết mức có thể. Tôi tự hào được thừa hưởng nền giáo dục của Australia, nhưng không bao giờ có chuyện tự coi việc mình được đào tạo từ nước ngoài về mà lấy đó để cho phép mình tự cao, tự đại.

Phải thừa nhận rằng, nhận thức, tư duy, suy nghĩ của bản thân tôi có nhiều thay đổi sau hai năm đi học. Với công việc hiện tại, tôi cố gắng áp dụng những cái đã học, những kiến thức mới đã được học vào các sản phẩm của mình. Có cái được, có cái mất. Thành công có, mà thất bại và sự phản đối cũng không ít.

Thay đổi bản thân và chấp nhận những điều khác biệt

Bản thân tôi chỉ muốn sống một cuộc sống tử tế, mong được bình yên, hạnh phúc mỗi ngày.

Tuy nhiên, để đạt được điều đó, có quá nhiều cái khác biệt, cùng nhiều trở ngại để vượt qua, tiến về phía trước. Tôi nhận ra rằng, thay đổi bản thân, chấp nhận những cái khác biệt và biết nhìn nhận sự việc dưới con mắt thấu hiểu, cảm thông là một trong những điều đáng lưu tâm.

Văn minh nơi công cộng, xếp hàng, vứt rác đúng nơi quy định, nhường nhịn nhau lên xe buýt, sự trung thực, lòng tử tế, tính trách nhiệm trong công việc, sự hoạnh họe chốn công quyền chỉ là một số trong nhiều bất cập mà Việt Nam đang đối mặt. Có thêm nhiều thứ khác mà chúng ta, những trí thức có lương tri, mong muốn dần tốt lên từng ngày ở đất nước mình. Chúng ta nhiều lần bất lực đứng nhìn, khoanh tay chép miệng. Dù vậy, tôi mong chúng ta đừng lấy đó ra để mỉa mai sự nghèo nàn, khổ sở của những người dân quê mình.

Một người không thể thay đổi thế giới hay làm những điều lớn lao. Trong cuộc đời này, xã hội chúng ta còn bao nhiêu thứ chưa trọn vẹn. Chúng ta cần có sự trợ giúp, hợp lực và cả thời gian. Cá nhân tôi cũng cần học thêm nhiều về sự chấp nhận và học cách trưởng thành. Tôi cũng như nhiều du học sinh khác, chúng tôi có được kiến thức, tư duy sáng tạo, còn việc áp dụng vào thực tế tại Việt Nam, hay ở bất cứ môi trường nào thì lại cần tôn trọng văn hóa riêng của môi trường đó.

Kết thúc bài viết này, tôi xin gửi lời chúc tốt lành, lời chúc sớm hòa nhập với các bạn khóa sau. Cầu mong các bạn có nhiều năng lượng để bước tiếp trên bước đường đời sau những năm bôn ba đèn sách xứ người.

Tôi cũng mong những cựu du học sinh Australia sẽ luôn là những người truyền cảm hứng cho những thế hệ tiếp theo.

THƯƠNG NHỚ TRĂNG QUÊ

Tôi chỉ là một trong số rất nhiều người con xa xứ, một thân phận nhỏ bé trong số rất nhiều thân phận đang ngày đêm thao thức về quê hương, về cội nguồn nơi mình sinh ra, lớn lên. Bao nỗi nhọc nhằn, hối hả của cuộc sống không làm lụi tàn ý niệm về những mùa trăng trong tôi.

Tiếp nối mùa trăng tháng Bảy, mùa lễ Vu Lan báo hiếu mẹ cha, suy tư về mùa trăng tròn dịu dàng, êm đềm và ấm áp của trăng thu, của những ký ức tuổi thơ lại ùa về trong tôi. Nó trở đi trở lại trong trí tôi như một cuốn phim quay chậm, đầy đủ và day dứt. Tôi thấy nhói lòng khi chợt nhận ra, đã bao mùa trăng qua, tôi chưa có dịp ngắm trăng ở quê mình, chưa về sum họp thưởng trăng tán gẫu chuyện vụ mùa, đồng áng bên những người thân, dưới ánh trăng thu.

Khoảng hơn hai chục năm trước, tôi cũng như những đứa trẻ khét nắng, hôi bùn lớn lên ở miệt vườn, xứ ruộng. Và cứ mỗi độ rằm tháng Tám đến là tôi nghĩ ngay tới lồng đèn, rồi bánh Trung thu. Mà những thứ đó xa xỉ lắm. Thế nên, mỗi năm, khi con nước lớn tràn bờ, cũng là lúc ông nội tôi bắt đầu lui cui làm những chiếc lồng đèn xinh xắn cho chị em chúng tôi, để tụi tôi cũng có cái mà đi chơi hội ở sân đình với đám bạn cùng xóm. Chỉ từ những chiếc gáo dừa đơn giản, thêm khóm trúc mọc chen lên từ vườn rau trước ngõ, vậy mà qua bàn tay của nội, chúng đã trở thành những chiếc lồng đèn xinh xắn, với màu sắc sặc sỡ, đáng yêu. Ký ức tuổi thơ của tôi thêm phần lung linh, sinh động cũng bởi những điều giản dị, sắc màu giản dị này đây.

Đêm Trung thu nơi miệt vườn xa ngái, đám trẻ con chúng tôi làm gì biết đến việc rước đèn, phá cỗ, xem văn nghệ, hát hò như đám trẻ thành phố. Niềm hạnh phúc đơn sơ, giản dị chỉ là được thắp lên ánh nến, trong những chiếc lồng đèn gáo dừa nhỏ xinh, là món quà đơn sơ do nội tôi làm.

Ngày thường, chỉ sau khi gà lên chuồng một lúc là thằng em tôi đã đi ngủ. Nhưng những đêm rằm Trung thu, chị em tôi được mẹ cho xách lồng đèn nhà làm, men theo hàng dừa, nơi có ánh trăng thu đang rọi qua khe lá để đi lên nhà bác Năm chơi với anh em họ. Cho đến tận bây giờ, tôi vẫn nhớ như in những cảm xúc ngọt lành thời thơ ấu, ký ức tuổi thơ trong trẻo nơi xóm nghèo, nhà nghèo. Những câu chuyện trà dư tửu hậu, về một mùa gặt bội thu, về chuyện trái cây bán được giá, hay về chuyện bà con trong xóm tát đìa, tát mương trúng nhiều cá, nhiều tôm được kể lại suốt bao năm quanh ấm trà để trong chiếc gáo dừa, tại sân trước nhà bác Năm.

Thời đó, làng quê yên ả, yên bình và thấm đẫm tình láng giềng, chòm xóm, dẫu nghèo khó lắm. Trung thu, nhưng bánh Trung thu vẫn chỉ là khái niệm xa vời, xa xỉ với mọi người. Vậy là mẹ tôi, rồi mấy cô cùng nhau làm món kẹo đậu phộng đường đen nhà quê, có thêm mứt dừa dẻo để nhâm nhi cũng ngon lành. Và những hương vị đó cứ mãi theo chúng tôi đến tận bây giờ.

Nhiều năm sau, cô bé chân chưa ráo phèn ngày xưa, tốt nghiệp đại học, rồi ở lại thành phố làm việc, đêm ngày ngụp lặn trong dòng đời, hối hả mưu sinh. Bao mùa trăng qua, công việc cứ cuốn tôi vào guồng quay hối hả không ngừng nghỉ của cuộc sống. Người ta vẫn thường ví cuộc đời là những chuyến hành trình không mệt mỏi, nhiều sân ga lớn xa mãi cuối chân trời chứ không phải bó hẹp trong những điểm nhỏ tiễn đưa. Tôi may mắn khi có dịp mải mê trong hành trình lớn, xa hơn, vượt xa khỏi những bến sông quê, đến một nơi mà tôi gọi là đất khách, cách quê tôi mấy ngàn cây số với biết bao hoài bão, khát vọng.

Quả thật, nhiều đêm nằm một mình trong căn gác trọ, trong cách suy nghĩ thô thiển của mình, tôi luôn như bị ức chế bởi cuộc đời đua chen, ngột ngạt. Vậy mà, những ký ức về làng quê, về gia đình, về tuổi thơ, hàng dừa, bụi chuối, rồi cả những mùa trăng thu đã tiếp sức, nâng đỡ cho tôi cố gắng vượt qua những trắc trở, nghiệt ngã của cuộc đời. Ai từng ở xứ người sẽ hiểu rõ nỗi buồn xa xứ, khi đối mặt với nỗi lạc lõng, cô đơn bên cạnh sự hào nhoáng, tiện nghi, sạch sẽ. Lắm khi nhớ lại, cái bừa bộn, cẩu thả, thiếu thốn nhiều thứ ở quê nhà, dường như cũng là một phần của cuộc sống mến yêu. Trái tim tôi chưa một lần xấu hổ vì những ký ức về làng quê nghèo yêu dấu, êm đềm, hay tự ti vì xuất thân của mình, bất luận ở đâu nơi những phương trời lạ.

Bất chợt, tôi tự hỏi mình, đã qua mấy thu vàng, đã bao nhiêu mùa trăng, mình chưa được ngắm trăng trên quê hương, xứ sở, sum họp bên gia đình. Nghĩ mà thương nức nở. Và tôi biết, ở một góc làng của đất nước hình chữ S, vẫn luôn có những mùa trăng dang tay đón đợi tôi về.

SAU NHỮNG CHUYẾN ĐI

Tác giả trong một lần đi công tác về vùng biên giới

Từng có những ngày nắng cháy, mưa dầm và với chiếc ba lô vẫn ám màu bụi đường, công việc đưa đẩy tôi rong ruổi đến nhiều nơi. Mỗi chuyến công tác xa, với tôi, là sự khám phá thú vị về những thân phận con người, về những vùng đất tôi có dịp đặt chân qua. Trong các bức hình cũ, tôi nhớ mãi thân phận của những người mẹ, người chị tôi từng gặp với những đôi bàn tay dạn dày sương gió, những nỗi khắc khổ hằn in trên từng gương mặt.

Nhọc nhằn những đôi tay trần

Xem những dòng thông báo về hoạt động tuyên truyền chủ đề bình đẳng giới dành cho những cựu du học sinh Australia, tôi nhớ về thân phận cơ cực của những người phụ nữ Việt. Tôi có dịp nghe họ bộc bạch những ước mơ hết sức giản đơn, vậy mà dường như chẳng bao giờ họ có thể chạm tới. Cùng là con người, nhưng lại có quá nhiều khác biệt, bất công. Tôi nhớ đến ánh mắt buồn rười rượi cùng đôi bàn tay trần đi nhặt từng nhúm phân bò để kiếm vài đồng bạc lẻ. Cũng đôi bàn tay ấy, lại có thể xúc đất, khiêng hồ, cấy lúa, rồi đi thu mua ve chai cùng hàng núi công việc không tên, không giờ giấc cố định để lo cho gia đình trong cuộc vật lộn mưu sinh, với một người chồng bệnh tật đang rên xiết trên giường, cùng đàn con nheo nhóc.

Người phụ nữ 30 tuổi, tên Nga, ở vùng đất võ Bình Định. Tôi băn khoăn: "Sao chị không dùng bao tay để nhặt phân cho khỏi bị dơ?". "Mang vào vướng víu không nhặt được phân bò đâu, mà cũng không có tiền để mua cô à!", chị cười và nói thêm, rõ ràng là có gì đó như hờn tủi. Mỗi ngày rong ruổi nhặt phân bò, nếu đầy một bao, đem bán, chị chỉ kiếm được 25 ngàn đồng. 25 ngàn đồng, số tiền đó có khi chưa đủ cho một tô phở sáng của một người bình thường ở đất thành phố. Số tiền đó, có khi chưa đủ để những người phụ nữ có điều kiện chi vào khoản sơn phết cắt giũa làm đẹp cho đôi bàn tay của họ ở một cửa hiệu. Vậy mà, số tiền đó là công sức của người phụ nữ kiếm được sau cả ngày lặn lội, nhặt nhạnh phân bò bằng đôi tay trần. Tôi thấy thương chị biết bao. Những chuyến đi về vùng nông thôn, vùng xa, khi tiếp xúc với nhiều người phụ nữ, điều đầu tiên tôi để ý nhiều nhất chính là những đôi bàn tay. Những đôi tay trần. Thô ráp và chai sạn. Dường như qua đó, tôi cảm nhận rõ mùi vị đắng cay, cực khổ mà những phận người như chị Nga trải qua để được tồn tại, để gồng gánh nuôi sống cả gia đình, lo chén thuốc cho chồng bệnh, gánh những khoản chi để tích cóp gửi tiền cho đàn con có đủ cái ăn, cái mặc và được học hành.

Cũng như vậy, ở Sài Gòn, tôi cũng gặp nhiều phận tóc dài đầy nước mắt. Tôi còn nhớ một người đặc biệt, bà Kim Anh, người đàn bà dùng đôi tay trần để bắt gián đêm, dáng đi xiêu vẹo, lầm lũi và lọ mọ trong những hẻm tối, sạp thịt heo của một khu chợ nhỏ giữa đêm khuya ngay phố phường Sài Gòn hoa lệ. Bà không sợ hôi tanh mà chỉ mong có nhiều gián hơn để bắt, để chụp, nếu không ngày mai cả gia đình sẽ không biết sống bằng gì. Tiền chợ búa, tiền nhà đến tháng phải đóng. Bà tàn tạ vì kiệt sức trong đêm, vậy mà ban ngày còn tranh thủ lấy thêm vé số lẻ la khắp hẻm nhỏ để bán. Bà kể, nhiều hôm, giữa khuya, gặp những thanh niên nát rượu hay những đồ đệ của ngáo đá thì nỗi sợ hãi buộc bà phải nhanh chân chạy, cho dù chưa kiếm được đủ số lượng gián như yêu cầu. Bà say sưa, lọ mọ cùng với gương mặt ánh lên niềm vui khi chộp được nhiều gián chỉ với đôi tay trần. Ngay giữa những giờ phút ấy, tôi cảm thấy lòng mình chùng lại, cảm giác hối lỗi ghê gớm, khi lúc đầu tôi nhăn mặt như muốn nôn, trước cảnh mà tôi chứng kiến cùng với mùi hôi xộc thẳng vào mũi mình. Giữa những giờ phút ấy, tôi thấy thương và cảm phục hơn những tấm gương nghị lực, sự chịu thương chịu khó của những phụ nữ tảo tần khuya sớm. Giữa những giờ phút ấy, tôi cũng nghĩ đến những tấm ảnh được khoe lên mạng xã hội của nhiều người phụ nữ giàu có, có chồng giỏi giang biết chiều vợ, thương con. Họ cùng khoe rồi bình luận những kiểu dáng mới của những chiếc túi hàng hiệu đắt tiền. Những người khác thì hạnh phúc đăng hình về những chuyến du lịch nơi xa, cười mãn nguyện bên chồng bên con, giữa những bãi biển xanh hoặc những nhà hàng nhiều sao. Đàn bà, họ nên được hạnh phúc như vậy. Chỉ là những phận đời khó khăn, lầm lũi mưu sinh ngày đêm, với biết bao công việc, nghề nghiệp không thể gọi thành tên khiến tôi cứ day dứt khôn nguôi.

Khổ vì đàn ông nhậu nhẹt

Mưa rơi không dứt từ con đường đê rợp bóng dừa nước dẫn vô nhà người phụ nữ thị xã Ngã Bảy, Hậu Giang. Tâm sự với tôi, em tự hỏi rằng, không biết bao giờ đời mình mới hết khổ. Làm sao em có đủ tiền để chi vào những cuộc phẫu thuật lấy lại khuôn mặt, thân hình cho đứa con gái mới tuổi lên ba? Đứa bé là nạn nhân oan nghiệt của mồi lửa, thắp lên từ những cuộc cãi vã không dứt của em với người chồng nghiện rượu. Nhà tan, cửa nát, chồng bị tù đày, lao lý. Con thơ gánh tật nguyền cả cuộc đời còn lại. Sinh ra lành lặn, vậy mà những nông nỗi của người lớn khiến em phải sống một kiếp đọa đày. Tôi hiểu, đứa bé còn quá nhỏ để nhận ra nỗi đau căn đài kiếp đọa đeo đẳng đời mình. Có một nỗi buồn nặng trĩu đang đè nặng lên vai người mẹ và cả đứa con. Nỗi buồn đó cũng lan sang tôi, khi tôi nhận ra tương lai không mấy hứa hẹn cho gia đình không nóc, theo cả nghĩa bóng lẫn nghĩa đen. Tôi biết, hơn ai hết, người mẹ nghèo đã cảm nhận rõ mồn một những nỗi khổ vì ma men. Những nỗi khổ lặp đi, lặp lại từ những thế hệ trước, ở nhiều vùng quê nông thôn Việt Nam. Rượu, như một bản bi ca dài, hát hoài không hết, ám ảnh không thôi với rất nhiều những thân phận người phụ nữ Việt Nam, đặc biệt là ở nông thôn.

Những người phụ nữ, một nửa của thế giới, lẽ ra nên được tôn trọng, nâng niu và sẻ chia. Thì đâu đó, vẫn còn nhiều phụ nữ là nạn nhân của những trận chửi rủa, đánh đập của chồng sau những cơn say quắc cần câu. Họ mơ ước không phải ngày nào cũng phải gọi điện hỏi xem chồng nhậu bao giờ mới xong, có về nhà ăn cơm không. Họ mơ ước mình có thể tập trung nấu một bữa ăn ngon cho chồng con và có thể yên tâm rằng con mình đã được ba nó đón từ trường về, giúp tắm rửa sạch sẽ. Mơ ước một gia đình đầm ấm, vui vẻ... Những điều ấy, tôi biết có khi là niềm mong mỏi cả đời của rất nhiều người phụ nữ cơ cực.

"Em không sợ cảnh lấy chồng nghèo khó", họ nói với tôi. "Nhưng mà, em biết là mình khó mà chịu đựng được cái cảm giác không được người bạn đời cảm thông chia sẻ, chồng nhậu nhẹt triền miên rồi giở thói vũ phu".

Những cuộc gặp gỡ, những thân phận để lại cho tôi nhiều suy nghĩ day dứt về một nửa của thế giới. Cho đến giờ nhớ lại, tôi biết rằng, bản thân vẫn chưa nguôi cảm giác đó và không ngừng mơ ước những điều tốt đẹp hơn sẽ đến với họ trong tương lai, để một nửa thế giới này bớt đi những bi thương.

Phải chăng những thân phận tóc dài, nhất là những ai sâu sắc, đầy xúc cảm, với những thứ vụn vặt dù là nhỏ nhất giữa đời thường, luôn chịu nhiều thiệt thòi giữa guồng quay cuộc sống này? Với tôi, có lẽ là vậy.

AUSTRALIA
Miền thương miền nhớ

NHÀ XUẤT BẢN LAO ĐỘNG

175 Giảng Võ - Đống Đa - Hà Nội
Tel: (024) 3851 5380
Fax: (024) 3851 5381
Email: info@nxblaodong.com.vn
Website: www.nxblaodong.com.vn

Chịu trách nhiệm xuất bản:
Giám đốc - Tổng biên tập: **MAI THỊ THANH HẰNG**
Biên tập viên nhà xuất bản: Lê Thị Hằng

Biên tập viên Thaihabooks:	Bùi Sao
Sửa bản in:	Huyền Chip
Thiết kế bìa:	Thái Hiền
Trình bày:	Thu Hằng

Biên mục trên xuất bản phẩm của Thư viện Quốc gia Việt Nam

Hồng Chi
  Australia - Miền thương miền nhớ / Hồng Chi. - H. : Lao động ; Công ty Sách Thái Hà, 2024. - 188 tr. ; 21 cm
  ISBN: 978-604-360-755-0
  1. Văn học hiện đại 2. Tản văn 3. Việt Nam
  895.9228408 - dc23
                                                            LDM0371p-CIP

In 1.000 cuốn, khổ 13x19cm tại Công ty Cổ phần In Bắc Sơn. Địa chỉ: Số 262 Phúc Diễn, P. Xuân Phương, Q. Nam Từ Liêm, TP. Hà Nội. Đăng ký KHXB số: 1041-2024/CXBIPH/20-78/LĐ. Quyết định xuất bản số: 350/QĐ-NXBLĐ, cấp ngày 9/4/2024. In xong và nộp lưu chiểu năm 2024.

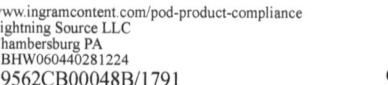